ਸੱਧਰਾਂ

ਸੱਧਰਾਂ

ਬਿੱਟੂ ਸਫ਼ੀਨਾ ਸੰਧੂ

ਰੇਖਾਂਕਨ

ਇਮਰੋਜ਼

ਰਾਜਕਮਲ ਪ੍ਰਕਾਸ਼ਨ

ਨਵੀਂ ਦਿੱਲੀ ਪਟਨਾ ਇਲਾਹਾਬਾਦ

ਮੁੱਲ : ₹ 399
$ 12

ਪਹਿਲਾ ਸੰਸਕਰਣ : 2011
ਦੂਸਰਾ ਸੰਸਕਰਣ : 2020

ਪ੍ਰਕਾਸ਼ਕ : ਰਾਜਕਮਲ ਪ੍ਰਕਾਸ਼ਨ ਪ੍ਰਾ. ਲਿ.
1-ਬੀ, ਨੇਤਾਜੀ ਸੁਭਾਸ਼ ਮਾਰਗ
ਨਵੀਂ ਦਿੱਲੀ-110 002
ਸ਼ਾਖਾਵਾਂ : ਅਸ਼ੋਕ ਰਾਜਪਥ, ਸਾਈਂਸ ਕਾਲੇਜ ਦੇ ਸਾਹਮਣੇ, ਪਟਨਾ-800 006
ਪਹਿਲੀ ਮੰਜਿਲ, ਦਰਬਾਰੀ ਬਿਲਡਿੰਗ,
ਮਹਾਤਮਾ ਗਾਂਧੀ ਮਾਰਗ, ਇਲਾਹਾਬਾਦ-211 001
ਵੇਬਸਾਇਟ : www.rajkamalprakashan.com
ਈ ਮੇਲ : info@rajkamalprakashan.com
ਕਵਰ ਅਤੇ ਰੇਖਾਂਕਨ : ਇਮਰੋਜ਼

ਮੁਦਰਕ : ਬੀ. ਕੇ. ਆੱਫਸੇਟ
ਨਵੀਨ ਸ਼ਾਹਦਰਾ, ਦਿੱਲੀ-1100 032

SADRAN
Poems by Bittu Safeena Sandhu
ISBN : 978-81-267-2152-8

ਮੇਰੇ ਸਫ਼ੀਨੇ ਦੀ ਚਾਨਣ ਮੁਨਾਰ
ਮੇਰੀ ਅੰਮੀ ਦੀ ਨਜ਼ਰ

ਮੇਰੀ ਗੱਲ

ਮੇਰੀ ਪਹਿਲੀ ਕਵਿਤਾਵਾਂ ਦੀ ਕਿਤਾਬ ਸਫ਼ੀਨਾ ਦੋ ਵਰ੍ਹੇ ਪਹਿਲਾਂ ਛਪੀ ਸੀ। ਮੇਰੇ ਪਾਠਕਾਂ ਨੇ ਮੇਰੇ ਚਾਹੁਣ ਵਾਲਿਆਂ ਨੇ ਜਿਸ ਪਿਆਰ ਤੇ ਅਪੱਣਤ ਨਾਲ ਮੇਰੀ ਸਫ਼ੀਨਾ ਨੂੰ ਹੁੰਗਾਰਾ ਦਿੱਤਾ, ਉਸ ਨਾਲ ਮੇਰੇ ਹਿੰਮਤ ਤੇ ਹੌਸਲੇ ਨੂੰ ਇੱਕ ਨਵੀ ਠੱਲ ਮਿਲ ਗਈ। ਇਸ ਵਾਰ ਮੇਰੇ ਸਫ਼ੀਨੇ ਨੇ ਆਪਣਾ ਰੁੱਖ ਮੇਰੀ ਮਾਂ ਬੋਲੀ ਵਲ ਕਰ ਲਿਆ ਤੇ ਮੇਰੀ ਇਸ ਪਿਆਰੀ ਮਾਂ ਬੋਲੀ ਨੇ ਮਾਂ ਵਾਂਗ ਹੀ ਮੇਰੀਆਂ ਉਲਰੀਆਂ ਬਾਹਾਂ ਵੇਖ ਝੱਟ ਆਪਣੀ ਨਿੱਘੀ ਗੱਲਵੱਕੜੀ ਵਿਚ ਲੈ ਲਿਆ। ਇਹ ਨਿੱਘ ਮੈਨੂੰ ਆਪਣੀ ਅੰਮੀ ਦੀਆਂ ਮਿੱਠੀਆਂ ਯਾਦਾਂ ਵੱਲ ਲੈ ਗਿਆ ਤੇ ਮੇਰੀਆਂ ਅੱਖਾਂ ਵਿੱਚ ਉਹਨਾ ਯਾਦਾਂ ਦੇ ਚੱਲਚਿੱਤਰ ਤੁਰ ਪਏ, ਮੇਰੀਆਂ ਅੱਖਾਂ ਕਦੀ ਭਿੱਜ ਜਾਂਦੀਆਂ ਤੇ ਕਦੀ ਖ਼ਵਰੇ ਕਿਹੜੇ-ਕਿਹੜੇ ਰਾਹਾਂ ਤੋਂ ਕੀਨੂੰ-ਕੀਨੂੰ ਬੁਲਾਣ ਲਗ ਪਈਆਂ। ਮੇਰੀ ਅੰਮੀ ਮੇਰੇ ਲਈ ਮਾਪੇ ਸੀ। ਬਾਬਲ ਨੂੰ ਮੈਂ ਨਿੱਕੀ ਉਮਰੇ ਹੀ ਗੁਆ ਲਿਆ ਸੀ, ਕੁਝ ਚੇਤੇ ਨਹੀਂ। ਪਰ ਮੇਰੀ ਇਸ ਅੰਮੜੀ ਨੇ ਮੈਨੂੰ ਕਦੇ ਕਿਸੇ ਥੁੜ ਦਾ ਅਹਿਸਾਸ ਨਹੀਂ ਸੀ ਹੋਣ ਦਿੱਤਾ। ਮੇਰੇ ਹਰ ਸਵਾਲ ਦਾ ਜੁਆਬ ਮੇਰੀ ਅੰਮੀ ਕੋਲ ਸੀ ਜਿਵੇਂ ਕੋਈ ਮਾਸਟਰ ਕੀ ਹੋਵੇ ਜੋ ਹਰ ਤਾਲਾ ਖੋਲਣ ਦੀ ਸਮਰੱਥਾ ਰੱਖਦੀ ਹੈ। ਮੈਨੂੰ ਇਸ ਗੱਲ ਦਾ ਮਾਣ ਹੈ ਕਿ ਮੈਂ ਮਾਂ ਬੋਲੀ ਨੂੰ ਹਰ ਬੱਚੇ ਵਾਂਗ ਬੋਲਣਾ ਹੀ ਮਾਂ ਤੋਂ ਨਹੀਂ ਸਿੱਖਿਆ ਸਗੋਂ ਪੜ੍ਹਨਾ, ਲਿੱਖਣਾ ਵੀ ਅਨੋਖੇ ਅੰਦਾਜ਼ ਵਿੱਚ ਮਾਂ ਕੋਲੋਂ ਸਿੱਖਿਆ। ਮੇਰੀ ਅੰਮੀ ਹਰ ਲਿਹਾਜ਼ ਨਾਲ ਮੇਰੀ ਰਹਿਨੁਮਾ ਸੀ। ਪਰ ਮੇਰੇ ਭਾਗਾਂ ਵਿੱਚ ਮੇਰੀ ਅੰਮੀ ਦਾ ਸਾਥ ਵੀ ਬਹੁਤਾ ਚਿਰ ਨਹੀਂ ਸੀ ਲਿਖਿਆ। ਪਰ ਸਾਹਿਬ ਨੂੰ ਸੁਆਲ ਕੌਣ ਕਰੇ। ਰੱਬ ਨੂੰ ਲਗਾ ਮੇਰੀ ਮਾਂ ਦੀ ਲੋੜ ਮੇਰੇ ਨਾਲੋਂ ਜ਼ਿਆਦਾ

ਉਸ ਜਹਾਨ ਵਿੱਚ ਹੈ। ਮੇਰੀਆਂ ਇਹ ਕਵਿਤਾਵਾਂ ਮੇਰੀ ਅੰਮੀ ਲਈ ਤੇ ਉਹਨਾਂ ਸਾਰੀਆਂ ਮਾਂਵਾਂ ਲਈ ਹਨ, ਜੋ ਓਸ ਜਹਾਨ ਤੁਰ ਗਈਆਂ ਨੇ ਜਿਥੋਂ ਕੋਈ ਸੁਨੇਹਾ ਭੇਜਣ ਦੀ ਵੀ ਪਾਬੰਦੀ ਹੈ, ਆਣਾ ਤੇ ਇੱਕ ਪਾਸੇ! ਫੇਰ ਵੀ ਮਮਤਾ ਖਾਤਰ ਲੁਕ ਛੁੱਪ ਕੇ ਸੁਫ਼ਨਿਆ ਵਿੱਚ ਆਕੇ ਆਪਣੇ ਸਫ਼ੀਨਿਆ ਨੂੰ ਚਾਨਣ ਮੁਨਾਰਾ ਬਣ ਕੇ ਰਾਹ ਦਿਖਾ ਜਾਂਦੀਆਂ ਨੇ ਤੇ ਸਵੇਰੇ ਅਲੋਪ ਹੋ ਜਾਂਦੀਆਂ ਨੇ, ਰੱਬਾ ਇਹ ਭੇਦ ਕਦੇ ਕਿਸੇ ਅੱਗੇ ਨਾ ਖੋਲੀਂ! ਪਰਦਿਆਂ ਨੂੰ ਕਜੀ ਰੱਖੀਂ। ਦਿਲਾਂ ਦੇ ਰਿਸ਼ਤੇ ਬੜੇ ਕਮਾਲ ਹੁੰਦੇ ਨੇ, ਕੋਈ ਨਹੀਂ ਜਾਣਦਾ ਕਿਥੇ ਕੌਣ ਵਸਦਾ ਏ, ਇਹਨੂੰ ਸਮਝਣਾ ਮੇਰੇ ਵੱਸ ਦੀ ਗੱਲ ਤਾਂ ਨਹੀਂ ਜਾਪਦੀ। ਮੇਰੀ ਸਫ਼ੀਨਾ ਵਾਂਗ ਮੇਰੀ ਇਸ ਕਿਤਾਬ ਲਈ ਵੀ ਏਕਤਾ ਨੇ ਬਹੁਤ ਸਾਥ ਦਿੱਤਾ। ਮੇਰੇ ਨਾਲ ਰਹਿ ਰਹਿ ਕੇ ਮੇਰੇ ਪਾਗਲਪਨ ਨੂੰ ਝੱਲਣ ਦੀ ਜਾਚ ਸਿੱਖ ਗਈ ਏ। ਆਸ ਕਰਦੀ ਹਾਂ ਤੇ ਦੁਆ ਕਰਦੀ ਹਾਂ ਮੇਰਾ ਇਹ ਲਿਖਣ ਦਾ ਸਫ਼ਰ ਹਮੇਸ਼ਾ ਜਾਰੀ ਰਹੇ। ਮੇਰੀਆਂ ਸੱਧਰਾਂ ਸਿਰਫ਼ ਮੇਰੀਆਂ ਨਹੀਂ ਮੇਰੇ ਵਰਗੀਆਂ ਕਈਆਂ ਦੀਆਂ ਸੱਧਰਾਂ ਨੇ ਰੱਬਾ ਸੱਧਰਾਂ ਨੂੰ ਪਰਵਾਨ ਚੜਾਵੀਂ ਸਫ਼ੀਨਿਆ ਨੂੰ ਪਾਰ ਲਾਵੀਂ।

ਆਮੀਨ...

ਬਿੱਟੂ ਸਫ਼ੀਨਾ ਸੰਧੂ

ਉਹ ਹੀਰ ਵੀ ਏ ਫਕੀਰ ਵੀ

ਹਰ ਯੁਗ ਵਿਚ
ਹਰ ਹੀਰ ਅਪਣੀਆਂ ਸੱਧਰਾਂ ਨਾਲ
ਅਪਣੀ ਚੰਗੇਰ ਭਰੀ ਉਡੀਕਦੀ ਰਹੀ ਹੈ
ਤੇ ਉਡੀਕ ਵੀ ਰਹੀ ਹੈ...
ਸ਼ਬਦ ਬੋਲਣ ਲਈ ਹੁੰਦੇ ਹਨ
ਪਰ ਅਰਥ ਜੀਉਣ ਲਈ...
ਲਿਖਦੇ ਸ਼ਬਦ ਹਨ
ਪਰ ਕਵਿਤਾ ਅਰਥ ਬਣਦੇ ਹਨ...
ਗਰੰਥਾਂ ਵਿਚ ਮੁਹੱਬਤ ਦਾ ਜ਼ਿਕਰ ਹੁੰਦਾ ਹੈ
ਪਰ ਜ਼ਿਕਰ ਮੁਹੱਬਤ ਨਹੀਂ ਹੁੰਦਾ
ਮੁਹੱਬਤ ਸਾਹ ਸਾਹ ਵਿਚ
ਜ਼ਿੰਦਗੀ ਹੁੰਦੀ ਹੈ...
ਦੁਨੀਆ ਵਿਚ ਅਨੇਕਾਂ ਜ਼ਬਾਨਾਂ ਹਨ
ਪਰ ਮੁਹੱਬਤ ਇਕੋ ਇਕ ਨ-ਸ਼ਬਦ ਜ਼ਬਾਨ ਹੈ
ਜੋ ਹਰ ਹੀਰ ਨੂੰ ਆਉਂਦੀ ਸੀ
ਜੋ ਹਰ ਹੀਰ ਨੂੰ ਆਉਂਦੀ ਵੀ ਹੈ...
ਹਰ ਯੁਗ ਵਿਚ ਉਡੀਕਦੀ
ਕੋਈ ਨਾ ਕੋਈ ਹੀਰ ਅਪਣੀਆਂ ਸੱਧਰਾਂ
ਲਿਖ ਵੀ ਲੈਂਦੀ ਰਹੀ ਹੈ ਤੇ ਲਿਖ ਵੀ ਰਹੀ ਹੈ
ਤੇ ਕੋਈ ਨਾ ਕੋਈ ਹੀਰ ਅਪਣੀਆਂ ਸੱਧਰਾਂ ਜੀਉ ਵੀ ਲੈਂਦੀ ਰਹੀ ਹੈ
ਜੋ ਜੀਉ ਵੀ ਰਹੀ ਹੈ...

-ਇਮਰੋਜ਼

ਸੰਦਲੀ ਸੰਦੂਕੜੀ

ਸੰਦਲੀ ਸੰਦੂਕੜੀ ਚ ਸੱਧਰਾਂ ਸੰਧੂਰੀ
ਜਿਵੇਂ ਸੱਸ ਨੇ ਸੰਦਾਰੇ ਵਿੱਚ ਘਲੀਆਂ
ਇਕ ਦੂਜੀ ਨਾਲੋਂ ਤੀਜੀ ਚੌਥੀ ਨਾਲੋਂ ਵੱਧ
ਸੱਭੇ ਸੋਹਣੀਆਂ ਝਨਾਂ ਨੂੰ ਹੋਣ ਚਲੀਆਂ
ਬੁਲਾਂ ਚ ਦੰਦਾਸੇ ਚਿੱਟੇ ਦੰਦਾਂ ਵਿਚ ਹਾਸੇ
ਹੋਈਆਂ ਪਿਆਰ ਦੇ ਤਮਾਸ਼ੇ ਵਿਚ ਝੱਲੀਆਂ
ਰੋਂਦੀਆਂ ਨੇ ਸੋਂਦੀਆਂ ਤੇ ਜਾਗਦੀਆਂ ਗਾਉਂਦੀਆਂ
ਖੁਸ਼ੀਆਂ ਉਦਾਸੀਆਂ ਅਵੱਲੀਆਂ
ਕਦੇ ਮੇਰੀ ਮਾਂਗ ਦਾ ਸੰਧੂਰ ਭਰ ਜਾਂਦੀਆਂ
ਮੇਹੰਦੀ ਵਾਲੇ ਹੱਥ ਦੀਆਂ ਤਲੀਆਂ
ਕਦੇ ਮੇਰੇ ਵਾਲਾਂ ਦੀਆਂ ਗੁੰਧ ਜਾਣ ਮੀਡੀਆਂ
ਕਦੇ ਪਾਨ ਗੁੰਝਲਾਂ ਕਵੱਲੀਆਂ
ਕੰਘੀਆਂ ਦੇ ਦੰਦੇ ਵੀ ਮਰੋੜੇ ਖਾ ਕੇ ਟੁੱਟ ਜਾਣ
ਟਿੱਕ ਕੇ ਨਾ ਬੈਂਦੀਆਂ ਨਚੱਲੀਆਂ
ਮਾਏ ਮੇਰੀ ਜ਼ਿੰਦਗੀ ਚ ਸੱਧਰਾਂ ਬਥੇਰੀਆਂ
ਫੇਰ ਵੀ ਇਕੱਲੀ ਦੀ ਇਕੱਲੀ ਆਂ
ਸੰਧੂ ਦੇ ਸਫ਼ੀਨੇ ਨੂੰ ਲੰਘਾਈ ਪਾਰ ਸਾਈਆਂ
ਕਿਤੇ ਸੱਧਰਾਂ ਨਾ ਰਹਿ ਜਾਣ ਕਲੀਆਂ
ਕਿਤੇ ਸੱਧਰਾਂ ਨਾ ਰਹਿ ਜਾਣ ਕਲੀਆਂ।।

ਬਹੁਤ ਸਾਰੇ ਪਿਆਰ ਤੇ ਦੁਆਵਾਂ ਨਾਲ

-ਮਨਜੀਤ ਮਾਨ, ਗੁਰਦਾਸ ਮਾਨ

ਦਰਦ ਵਿਛੋੜੇ ਦਾ ਹਾਲ

ਬਿੱਟੂ ਸੰਧੂ ਦਾ ਨਾਮ, ਉਸ ਦਾ ਪਹਿਰਾਵਾ, ਉਸਦਾ ਲਬੋ ਲਹਜ਼ਾ, ਉਸਦਾ ਅੰਦਾਜ਼ ਦੇਖ ਕੇ ਤੇ ਉਸ ਦੀਆਂ ਹਿੰਦੀ ਕਵਿਤਾਵਾਂ ਦੀ ਕਿਤਾਬ ਸਫ਼ੀਨਾ ਪੜ੍ਹ ਕੇ ਮੈਂ ਸੋਚ ਨਹੀਂ ਸੀ ਸਕਦਾ ਕਿ ਇਹ ਕੁੜੀ ਕਦੀ ਪੰਜਾਬੀ ਵੀ ਬੋਲਦੀ ਹੋਵੇਗੀ।

ਪਰ ਜਦੋਂ ਮੈਨੂੰ ਪਤਾ ਲੱਗਾ ਕਿ ਬਿੱਟੂ ਪੰਜਾਬੀ ਵਿਚ ਕਵਿਤਾ ਲਿਖਦੀ ਹੈ ਤਾਂ ਮੈਨੂੰ ਹੈਰਾਨੀ ਹੋਈ ਪਰ ਨਾਲ ਹੀ ਮੈਂ ਸੋਚਿਆ ਕੀ ਉਹ ਸ਼ਹਿਰੀ ਜਿਹੀ ਹਿੰਦੀ-ਨੁਮਾ ਪੰਜਾਬੀ ਵਿਚ ਕਵਿਤਾ ਲਿਖਦੀ ਹੋਵੇਗੀ ਜਿਸ ਵਿਚ ਦੇਸੀ ਪੰਜਾਬੀ ਵਾਲੀ ਮਿਠਾਸ ਤੇ ਮੜਕ ਨਹੀਂ ਹੋਵੇਗੀ।

ਪਰ ਉਸਦੀਆਂ ਕਵਿਤਾ ਦੀਆਂ ਦੋ ਸਤਰਾਂ ਨੇ ਹੀ ਮੇਰੇ ਸਾਰੇ ਕਿਆਸ ਗ਼ਲਤ ਸਾਬਿਤ ਕਰ ਦਿੱਤੇ।

ਮੇਰੀ ਉਡੀਕ ਦਾ ਮੁੱਕਦਰ ਅੱਜ ਫੇਰ
ਕਿਸੇ ਮੁਸਕਰਾਹਟ ਤੋਂ ਵਾਂਝਾ ਰਿਹਾ
ਹੰਝੂ ਮੇਰੇ ਤੇ ਹਾਸਾ ਸਾਡਾ ਸਾਂਝਾ ਰਿਹਾ

ਜਦੋਂ ਮੈਂ ਉਸ ਦੀ ਕਵਿਤਾ ਦੇ ਕੁਝ ਹੋਰ ਵਰਕੇ ਥੱਲੇ ਤਾਂ ਮੈਨੂੰ ਲੱਗਾ ਕਿ ਬਿੱਟੂ ਸੰਧੂ ਦੀ ਕਵਿਤਾ ਦੀਆਂ ਰਗਾਂ ਵਿਚ ਪੰਜਾਬੀ ਕਵਿਤਾ ਦੀ ਪਰੰਪਰਾ ਸੂਹੀ ਰੱਤ ਵਾਂਗ ਰਵਾਂ ਹੈ। ਮੈਨੂੰ ਉਸ ਦੇ ਲਫ਼ਜ਼ਾਂ ਵਿਚ ਬੁੱਲ੍ਹਾ ਤੇ ਵਾਰਿਸ ਦੀ ਗੂੰਜ ਸੁਣੀ :

ਖ਼ੌਰੇ ਕਿਹੜੇ ਜਨਮਾਂ ਦਾ ਕਰਜ਼ਾ ਸੀ ਮੇਰਾ
ਉਸ ਕਿੱਥੇ ਆ ਕੇ ਕਿੰਝ ਵਸੂਲ ਕੀਤਾ
ਕਦੀ ਰੱਬ ਦੇ ਸ਼ੁਕਰ ਗੁਜ਼ਾਰ ਹੁੰਦੇ ਸਾਂ
ਰਿਸ਼ਤਾ ਜਿਹਨੇ ਸੀ ਇਹ ਨਜ਼ੂਲ ਕੀਤਾ

ਇਸ ਤੋਂ ਬਾਅਦ ਮੈਂ ਜਿੰਨੇ ਵੀ ਵਰਕੇ ਫੋਲੇ ਮੈਨੂੰ ਸ਼ਾਹ ਹੁਸੈਨੀ ਹੂਕ ਸੁਣਾਈ ਦਿੱਤੀ :

ਧੂੰਆਂ ਧੁਖੇ ਮੇਰੇ ਮੁਰਸ਼ਦ ਵਾਲਾ
ਜਾਂ ਫੋਲਾਂ ਤਾ ਲਾਲ
ਮਾਏ ਨੀ ਮੈਂ ਕਿਹਨੂੰ ਆਖਾਂ
ਦਰਦ ਵਿਛੋੜੇ ਦਾ ਹਾਲ

ਕਿੱਸਾ ਤੇ ਸੂਫੀ ਧਾਰਾ ਦੇ ਨਾਲ ਬਿੱਟੂ ਦੀ ਕਵਿਤਾ ਨੂੰ ਪੰਜਾਬੀ ਦੀ ਲੋਕਧਾਰਾ ਨੇ ਵੀ ਸਿੰਜਿਆ ਹੈ :

ਤੈਨੂੰ ਸੁਫ਼ਨੇ ਚ ਸੁਫ਼ਨਾ ਸੁਣਾਨੀਆਂ
ਦੱਸਾਂ ਹਕੀਕਤ ਤੇ ਨਾਂ ਕਿਸੇ ਲਾਨੀਆਂ
ਪਹਿਲਾਂ ਦੱਸ ਕੇ ਦਿਲ ਵਾਲੀ ਗੱਲ ਤੈਨੂੰ
ਫੇਰ ਪਤਾ ਨਹੀਂ ਕਿਉਂ ਪਛਤਾਨੀਆਂ
ਭਲਾ ਦੱਸ ਖਾਂ ਸੁਫ਼ਨਿਆਂ ਚ ਆਣ ਵਾਲਿਆ
ਆਪੇ ਆਨਾ ਏਂ ਜਾਂ ਜ਼ੋਰੀ ਬੁਲਾਨੀਆਂ
ਮਰਜ਼ੀ ਹੋਵੇ ਜੇ ਸ਼ਾਮਿਲ ਇਸ ਵਿਚ ਤੇਰੀ
ਦੇ ਹੁੰਗਾਰਾ ਮੈਂ ਅੱਗੇ ਦੀ ਗੱਲ ਸੁਣਾਨੀਆਂ

ਕਿੱਸਾ ਸੂਫੀ ਤੇ ਲੋਕਧਾਰਾ ਦੇ ਨਾਲ ਨਾਲ ਕੁਦਰਤ ਵੀ ਬਿੱਟੂ ਦੀ ਕਵਿਤਾ ਵਿਚ ਸਾਹ ਲੈਂਦੀ ਪਰਤੀਤ ਹੁੰਦੀ ਹੈ। ਸਬਜ਼ ਤੇ ਪੀਲੇ ਪੱਤੇ ਉਸਦੀ ਕਵਿਤਾ ਰਾਹੀਂ ਸਿਰਫ਼ ਆਪਣੀ ਹੀ ਗੱਲ ਨਹੀਂ ਕਹਿੰਦੇ, ਸ਼ਾਇਰਾ ਦੇ ਮਨ ਦਾ ਮੰਜ਼ਰ ਵੀ ਬਿਆਨ ਕਰਦੇ ਹਨ :

ਕਦੇ ਮੈਂ ਵੀ ਹੁੰਦੀ ਸਾਂ ਸਵੇਰ ਵਰਗੀ
ਕੀ ਦੱਸਾਂ ਕਿਵੇਂ ਹੋ ਗਿਆ ਰੰਗ ਨੀਲਾ
ਸਬਜ਼ ਪੱਤਿਆਂ ਦੀ ਰੌਣਕ ਸਭ ਨੂੰ ਭਾ ਜਾਂਦੀ
ਹੂੰਝ ਦਿੰਦੇ ਜੇ ਹੋਵੇ ਕੋਈ ਪੱਤਾ ਪੀਲਾ

ਇਨ੍ਹਾਂ ਕਵਿਤਾਵਾਂ ਦਾ ਥੀਮ ਪਿਆਰ ਦੀ ਸ਼ਿੱਦਤ ਭਰੀ ਚਾਹਤ ਹੈ। ਥਾਂ ਪਰ ਥਾਂ ਬਿੱਟੂ ਨੇ ਇਸ ਚਾਹਤ ਨੂੰ ਆਪਮੁਹਾਰੀ ਸ਼ਿੱਦਤ ਨਾਲ ਬਿਆਨ ਕੀਤਾ ਹੈ :

ਅੱਜ ਤੈਨੂੰ ਖ਼ਵਰੇ ਕੀ ਸੋਚ
ਤੇਰੇ ਹਾਲ ਤੇ ਮੈਂ ਛੱਡ ਦਿੱਤਾ
ਕਦੇ ਸੋਚੀ ਨਾ ਮੈਂ ਦਿਲੋਂ ਅੱਡ ਕੀਤਾ.....
ਕਿਸੇ ਕੁਆਰੀ ਦੇ ਗਰਭ ਵਾਂਗ ਤੈਨੂੰ
ਬੁੱਲ੍ਹ ਚਿੱਥ ਕੇ ਅੰਦਰ ਕਿਤੇ ਡੱਕ ਲਿੱਤਾ

ਇਸ ਚਾਹਤ ਦੀ ਸ਼ਿੱਦਤ ਦਾ ਇਕ ਹੋਰ ਮੰਜ਼ਰ ਵੀ ਦੇਖਣ ਵਾਲਾ ਹੈ :

ਕਾਲੀ ਬੋਲੀ ਸੁੰਨੀ ਰਾਤ
ਯਾਦ ਆਈ ਕੋਈ ਵਿਸਰੀ ਬਾਤ
ਅੱਡੀਆਂ ਚੁੱਕ ਕੇ ਹੌਂਸਲਾ ਕਰ ਕੇ
ਬਾਰੀ ਖੋਲ੍ਹ ਕੇ ਮਾਰੀ ਝਾਤ
ਜਿੰਨੀ ਮੈਨੂੰ ਲੱਗਦੀ ਪਈ ਸੀ
ਖ਼ਵਰੇ ਕੀ ਮੈਂ ਸੁਣਦੀ ਪਈ ਸੀ
ਓਨੀ ਤੇ ਨਾ ਸੀ ਬਰਸਾਤ

ਇਕ ਹੋਰ ਕਵਿਤਾ ਵਿਚ ਬਹੁਤ ਕਲਾਮਈ ਢੰਗ ਨਾਲ ਬਿੱਟੂ ਨੇ ਇਸ ਤੱਥ ਵੱਲ ਸੰਕੇਤ ਕੀਤਾ ਹੈ ਕਿ ਪਿਆਰ ਦੇ ਚੁੱਲ੍ਹੇ ਵਿਚ ਹਮੇਸ਼ਾ ਅੱਗ ਹੁੰਦੀ ਹੈ ਪਰ ਇਹ ਬਲਦੀ ਓਦੋਂ ਹੈ ਜਦੋਂ ਕਿਸੇ ਦੇ ਮਨ ਵਿਚ ਇਸ ਲਈ ਗਹਿਰੀ ਚਾਹਤ ਪੈਦਾ ਹੁੰਦੀ ਹੈ।

ਇਕ ਦਿਨ ਉਹ ਮੈਥੋਂ ਥੋੜ੍ਹੀ
ਅੱਗ ਉਧਾਰੀ ਮੰਗਣ ਆਇਆ
ਖ਼ਵਰੇ ਉਹ ਵੇਲਾ ਸੀ ਜਾਂ ਕੁਵੇਲਾ
ਚੁੱਲ੍ਹੇ ਕੋਲ ਹੀ ਬੈਠੀ ਸਾਂ
ਅੱਗ ਬੁਝਾ ਕੇ ਉਠਣ ਸਾਂ ਲੱਗੀ
ਤਰਲੇ ਪਾਉਂਦਾ ਕਿੱਥੋਂ ਆਇਆ
ਫੂਕ ਫੂਕ ਕੇ ਅੱਗ ਮੈਂ ਬਾਲੀ

ਅੱਗ ਬਾਕੀ ਹੈ ਸੀ ਮੈਨੂੰ ਵੀ ਪਤਾ ਸੀ
ਮੇਰੇ ਨਾਲ ਉਹਨੇ ਵੀ ਅੱਗ ਬਾਲੀ
ਅੱਗ ਲੈ ਕੇ ਉਹ ਤੁਰ ਗਇਆ
ਪਰ ਉਸ ਤੋਂ ਬਾਅਦ ਮੇਰੇ
ਚੁੱਲ੍ਹੇ ਵਿਚ ਅੱਗ ਨਾ ਬਲ਼ੀ......

ਇਨ੍ਹਾਂ ਕਵਿਤਾਵਾਂ ਦੀ ਬੋਲੀ ਵਿਚ ਪਿੰਡ ਦੀ ਮਹਿਕ ਹੈ। ਇਹ ਮਹਿਕ ਹੌਲੀ ਹੌਲੀ ਪੰਜਾਬੀ ਵਿਚੋਂ ਖ਼ਤਮ ਹੋ ਰਹੀ ਹੈ। ਪਰ ਹੈਰਾਨੀ ਤੇ ਖ਼ੁਸ਼ੀ ਦੀ ਗੱਲ ਹੈ ਕਿ ਬਿੱਟੂ ਨੇ ਇਸ ਮਹਿਕ ਨੂੰ ਇਸ ਕੁਵੇਲੇ ਵੀ ਚੁੱਲ੍ਹੇ ਦੀ ਅੱਗ ਵਾਂਗ ਸੰਭਾਲਿਆ ਹੋਇਆ ਹੈ। ਇਨ੍ਹਾਂ ਕਵਿਤਾਵਾਂ ਨੂੰ ਪੜ੍ਹਦਿਆਂ ਤੁਸੀਂ ਇਸ ਦਾ ਨਿੱਘ ਅਤੇ ਸੇਕ ਮਹਿਸੂਸ ਕਰ ਸਕਦੇ ਹੋ। ਪਰ ਇਹ ਨਿੱਘ ਅਤੇ ਸੇਕ ਸਿਰਫ਼ ਬੋਲੀ ਦਾ ਹੀ ਨਹੀਂ, ਇਹ ਨਿੱਘ ਤੇ ਸੇਕ ਬਿੱਟੂ ਦੇ ਪਿਆਰ ਭਰੇ ਦਿਲ ਦਾ ਵੀ ਹੈ। ਇਹ ਨਿੱਘ ਤੇ ਸੇਕ ਪੰਜਾਬ ਦੀ ਕਦੀਮੀ ਪ੍ਰੀਤ ਪਰੰਪਰਾ ਦਾ ਵੀ ਹੈ, ਇਹ ਨਿੱਘ ਅਤੇ ਸੇਕ ਬਿੱਟੂ ਦੀ ਅੰਮੀ ਦੀ ਨਿੱਘੀ ਬੁੱਕਲ ਦਾ ਵੀ ਹੈ, ਬਾਬਲ ਦੇ ਆਸਰੇ ਦਾ ਵੀ ਹੈ, ਉਸ ਦੇ ਮਾਹੀ ਦੀ ਚਾਹਤ ਦਾ ਵੀ ਹੈ। ਪਰ ਇਸ ਸ਼ਾਇਰੀ ਦੀ ਸਤਰ ਸਤਰ ਵਿਚ ਬਿਰਹਾ ਦੀ ਉਹ ਲਾਟ ਵੀ ਹੈ ਜਿਸ ਦਾ ਸੇਕ ਅਸਹਿ ਹੁੰਦਾ ਹੈ, ਜਿਸਤਰਾਂ ਮੈਂ ਸ਼ੁਰੂ ਵਿਚ ਵੀ ਜ਼ਿਕਰ ਕੀਤਾ ਹੈ, ਇਸ ਕਿਤਾਬ ਨੂੰ ਕਿਤੋਂ ਵੀ ਫੋਲੀਏ, ਉਹ ਸ਼ਾਹ ਹੁਸੈਨੀ ਹੂਕ ਸੁਣਾਈ ਦਿੰਦੀ ਹੈ :

ਧੂੰਆਂ ਧੁਖੇ ਮੇਰੇ ਮੁਰਸ਼ਦ ਵਾਲਾ
ਜਾਂ ਫੋਲਾਂ ਤਾ ਲਾਲ
ਮਾਏ ਨੀ ਮੈਂ ਕਿਹਨੂੰ ਆਖਾਂ
ਦਰਦ ਵਿਛੋੜੇ ਦਾ ਹਾਲ

ਇਸ ਸੰਗ੍ਰਹਿ ਨੂੰ ਪੜ੍ਹਦਿਆਂ ਮੈਨੂੰ ਇਸ ਗੱਲ ਦਾ ਵੀ ਗਹਿਰਾ ਅਹਿਸਾਸ ਹੋਇਆ ਕਿ ਸਾਡੀ ਜ਼ਿੰਦਗੀ ਦੇ ਅਨੇਕ ਮੰਜ਼ਰ ਜਦੋਂ ਬਾਹਰਲੀ ਦੁਨੀਆ ਵਿਚੋਂ ਗ਼ਾਇਬ ਹੋ ਜਾਂਦੇ ਹਨ ਤਾਂ ਉਹ ਸਾਡੇ ਅੰਦਰ ਸਾਡੀਆਂ ਯਾਦਾਂ ਵਿਚ ਜੀਊਣ ਲੱਗਦੇ ਹਨ। ਤੇ ਜੇ ਸਾਨੂੰ ਸ਼ਬਦਾਂ ਦੀ ਦਾਤ ਮਿਲੀ ਹੋਵੇ

ਤਾਂ ਉਹ ਮੰਜ਼ਰ ਸੁਹਣੀਆਂ ਕਿਤਾਬਾਂ ਦੀ ਇਬਾਦਤ ਬਣ ਕੇ ਸਦੀਆਂ ਲਈ ਸਾਂਭੇ ਜਾਂਦੇ ਹਨ। ਬਿੱਟੂ ਦੀ ਇਕ ਕਵਿਤਾ ਉਸ ਆਲੇ ਬਾਰੇ ਹੈ ਜਿਸ ਵਿਚ ਜਗਣ ਵਾਲਾ ਦੀਵਾ ਵੀ ਲੋਪ ਹੋ ਚੁੱਕਾ ਹੈ ਉਹ ਦੀਵਾ ਬਾਲਣ ਵਾਲੀ ਕਿਸੇ ਦੂਸਰੇ ਜਹਾਨ ਚਲੀ ਗਈ ਹੈ। ਪਤਾ ਨਹੀਂ ਇਹੋ ਜਿਹੇ ਕਿੰਨੇ ਕੁ ਦੀਵੇ ਤੇ ਕਿੰਨੀਆਂ ਕੁ ਦੀਵੇ ਬਾਲਣ ਵਾਲੀਆਂ ਵਜੂਦ ਦੀ ਜੂਹ ਤੋਂ ਪਾਰ ਚਲੇ ਗਈਆਂ। ਉਹ ਦੀਵੇ ਕਿੱਥੇ ਗਏ ਤੇ ਕਿੱਥੇ ਗਈਆਂ ਉਹ ਦੀਵੇ ਬਾਲਣ ਵਾਲੀਆਂ।

ਸੋਚਦਾ ਹਾਂ ਮਨਾ ਏਨਾ ਵੀ ਉਦਾਸ ਨਾ ਹੋ, ਉਹ ਦੀਵੇ ਕਿਤਾਬਾਂ ਵਿਚ ਜਗਦੇ ਹਨ ਤੇ ਦੀਵੇ ਬਾਲਣ ਵਾਲੀਆਂ ਕਿਸੇ ਨਾ ਕਿਸੇ ਰੂਪ ਵਿਚ ਦੀਵੇ ਬਾਲਦੀਆਂ ਹੀ ਰਹਿੰਦੀਆਂ ਹਨ।

ਉਹ ਦੀਵੇ ਇਸ ਕਿਤਾਬ ਵਿਚ ਵੀ ਜਗਦੇ ਹਨ।

ਜਗਦੇ ਦੀਵਿਆਂ ਵਾਲੀ ਇਸ ਕਿਤਾਬ ਨੂੰ ਜੀ ਆਇਆਂ ਨੂੰ ਤੇ ਦੀਵੇ ਬਾਲਣ ਵਾਲੀ ਬਿੱਟੂ ਲਈ ਪਿਆਰ ਭਰੀਆਂ ਦੁਆਵਾਂ ।

ਸੁਰਜੀਤ ਪਾਤਰ

ਸੂਚੀ

ਸੱਧਰਾਂ

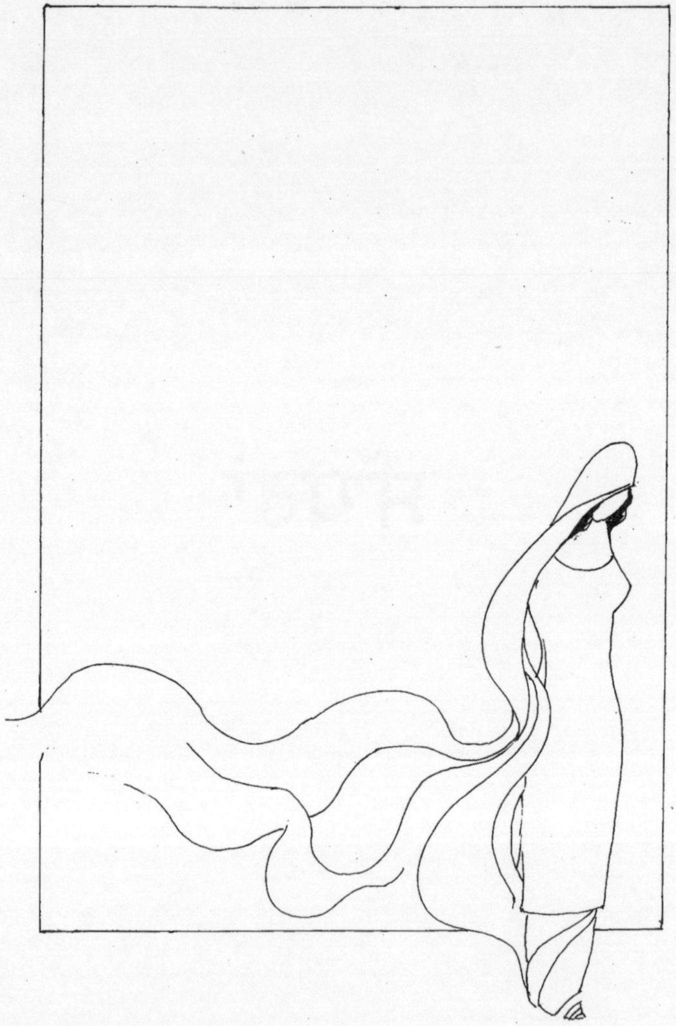

ਜੋਗੀ

ਮੇਰੀ ਉਡੀਕ ਦਾ ਮੁਕੱਦਰ ਅੱਜ ਫ਼ੇਰ
ਕਿਸੇ ਮੁਸਕਰਾਹਟ ਤੋਂ ਵਾਂਝਾ ਰਿਹਾ
ਹੰਝੂ ਮੇਰੇ ਤੇ ਹਾਸਾ ਸਾਡਾ ਸਾਂਝਾ ਰਿਹਾ
ਫੁੱਲਾਂ ਦੀ ਸੇਜ ਕਦੇ ਹੀਰ ਨੇ ਨਾ ਮਾਣੀ
ਪਰ ਜੋਗੀ ਤੇ ਫ਼ੇਰ ਵੀ ਰਾਂਝਾ ਰਿਹਾ
ਵਾਸਤਾ ਪਾਂਦੀ ਰਹੀ ਯਕੀਨ ਕਰ ਮੇਰਾ
ਉਹ ਸੁਆਲਾਂ ਦੇ ਤੀਰ ਵਰਸਾਂਦਾ ਰਿਹਾ
ਕਰ ਛਾਨਣੀ ਦਿਲ ਦੇ ਟੁਕੜੇ ਨੂੰ
ਮੂੰਹ ਫ਼ੇਰ ਕੇ ਆਪ ਉਹ ਜਾਂਦਾ ਰਿਹਾ
ਫੁੱਲਾਂ ਦੀ ਸੇਜ ਕਦੇ ਹੀਰ ਨੇ ਨਾ ਮਾਣੀ
ਪਰ ਜੋਗੀ ਤੇ ਫ਼ੇਰ ਵੀ ਰਾਂਝਾ ਰਿਹਾ
ਬੇਕਰਾਰੀ ਮੇਰੇ ਹਿੱਸੇ ਬੇਸ਼ੁਮਾਰ ਆਈ
ਕਿਉਂ ਜੋ ਕਰਾਰ ਉਸੇ ਘੜੀ ਮੇਰਾ ਜਾਂਦਾ ਰਿਹਾ
ਚਿਰਾਂ ਬਾਅਦ ਫ਼ੇਰ ਉਸਨੂੰ ਖ਼ਿਆਲ ਆਇਆ
ਕੋਲ ਬਹਿ ਕੇ ਮੈਨੂੰ ਉਹ ਵਰਾਂਦਾ ਰਿਹਾ
ਫੁੱਲਾਂ ਦੀ ਸੇਜ ਕਦੇ ਹੀਰ ਨੇ ਨਾ ਮਾਣੀ
ਪਰ ਜੋਗੀ ਤੇ ਫ਼ੇਰ ਵੀ ਰਾਂਝਾ ਰਿਹਾ
ਹੱਸਣਾ ਬੋਲਣਾ ਲੜਨਾ ਫ਼ੇਰ ਰੁੱਸ ਜਾਣਾ
ਆਲੇ ਦੁਆਲੇ ਮੇਰੇ ਉਹ ਭਾਲਦਾ ਰਿਹਾ
ਪੁੱਛਣਾ ਚਾਹ ਕੇ ਵੀ ਮੈਥੋਂ ਨਾ ਪੁੱਛ ਸਕਿਆ
ਖ਼ਵਰੇ ਸੋਚ ਕੇ ਕੀ ਉਹ ਟਾਲਦਾ ਰਿਹਾ
ਫੁੱਲਾਂ ਦੀ ਸੇਜ ਕਦੇ ਹੀਰ ਨੇ ਨਾ ਮਾਣੀ
ਪਰ ਜੋਗੀ ਤੇ ਫ਼ੇਰ ਵੀ ਰਾਂਝਾ ਰਿਹਾ।
ਕਿਹਦੇ ਭਰਮਾਇਆ ਤੂੰ ਏਡਾ ਭਰਮ ਗਿਆ ਏਂ
ਮੇਰਾ ਉਮਰਾਂ ਦਾ ਕਰਮ ਕੀਤਾ ਜਾਂਦਾ ਰਿਹਾ
ਮੈਨੂੰ ਕਰ ਤਾ ਸੱਖਣੀ ਤੂੰ ਸੋਹਣਿਆ ਵੇ
ਪਰ ਖ਼ਿਆਲਾਂ ਚ ਵੰਝਲੀ ਵਜਾਂਦਾ ਰਿਹਾ
ਫੁੱਲਾਂ ਦੀ ਸੇਜ ਕਦੇ ਹੀਰ ਨੇ ਨਾ ਮਾਣੀ
ਪਰ ਜੋਗੀ ਤੇ ਫ਼ੇਰ ਵੀ ਰਾਂਝਾ ਰਿਹਾ ।।

ਔਸੀਆਂ

ਪਲਾਂ ਵਿਚ ਕੋਈ ਜਾਨਣ ਦਾ ਦਾਅਵਾ ਕਰਦਾ ਏ
ਕੋਈ ਵਰ੍ਹਿਆਂ ਤੇ ਸੁਆਲ ਪਿਆ ਕਰਦਾ ਏ
ਕਾਇਨਾਤ ਚ ਮੁਹੱਬਤਾਂ ਵੰਡਦਾ ਏ
ਪਰ ਮੇਰੀ ਟੁੱਟੀ ਨਾ ਉਹ ਗੰਢਦਾ ਏ
ਮੇਰੀ ਮਜਲਿਸੀ ਮੁਸਕਰਾਹਟ ਤੋਂ ਪਰ੍ਹੇ ਜਾ ਕੇ
ਕੋਈ ਹੱਥ ਮੇਰੇ ਜ਼ਖ਼ਮਾਂ ਤੇ ਧਰਦਾ ਏ
ਕੋਈ ਹੰਝੂਆਂ ਦੇ ਵਿਚ ਭਿੱਜ ਕੇ ਵੀ
ਕਿਸੇ ਇਕਰਾਰ ਤੋਂ ਖ਼ਵਰੇ ਕਿਉਂ ਡਰਦਾ ਏ
ਉਮਰਾਂ ਤੋਂ ਉਹ ਮੈਨੂੰ ਜਾਣਦਾ ਏ
ਸੁਫ਼ਨਿਆਂ ਵਿਚ ਪਛਾਣ ਮੇਰੀ ਛਾਣਦਾ ਏ
ਦੱਸਣ ਦੱਸਣ ਵਿਚ ਅੱਧੀ ਉਮਰ ਲੰਘ ਗਈ
ਅਜੇ ਵੀ ਕੋਈ ਚੰਗਾ ਮੌਕਾ ਭਾਲ਼ਦਾ ਏ
ਲੋਕਾਂ ਵਿਚ ਬੋਲਣੋਂ ਗੁਰੇਜ਼ ਉਸਨੂੰ
ਕੱਲੀ ਹੋਵਾਂ ਤਾਂ ਗੱਲ ਨੂੰ ਟਾਲ਼ਦਾ ਏ
ਦਿਨ ਚੜ੍ਹੇ ਤੋਂ ਔਸੀਆਂ ਪਾਵਾਂ ਮੈਂ
ਉਠ ਬੈਠ ਕੇ ਰਾਤ ਲੰਘਾਵਾਂ ਮੈਂ
ਦੱਸ ਮੈਨੂੰ ਇਹ ਰਾਹ ਦਿਖਾਣ ਵਾਲਿਆ
ਕੀ ਏਦਾਂ ਹੀ ਉਮਰ ਲੰਘਾਵਾਂ ਮੈਂ॥

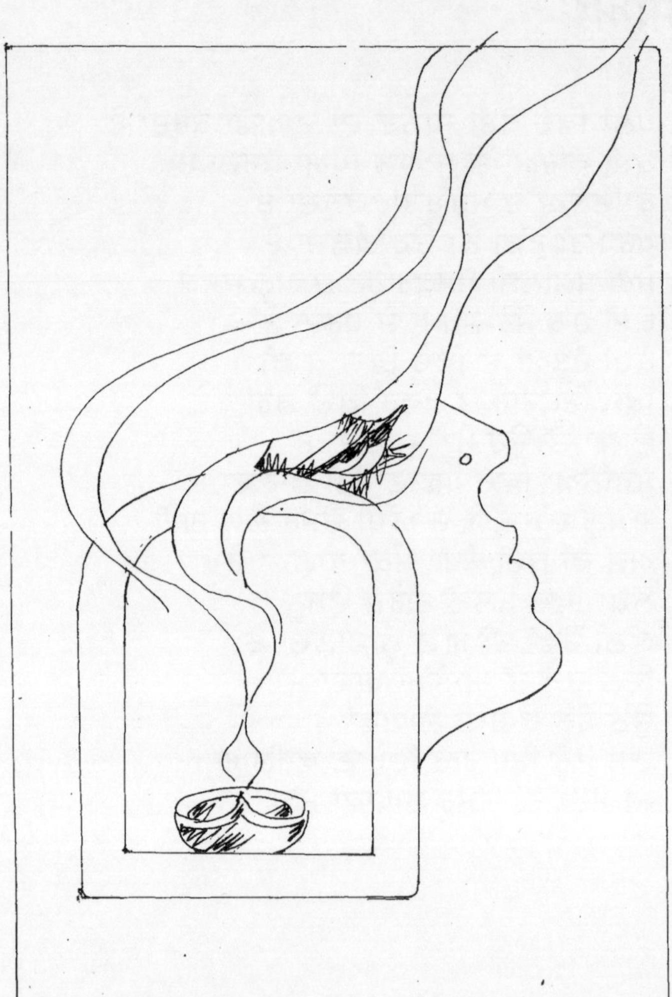

ਨਿੱਕਾ ਜਿਹਾ ਆਲਾ

ਇਕ ਨਿੱਕਾ ਜਿਹਾ ਆਲਾ ਜਿਹੜਾ ਅੰਦਰੋਂ ਸੀ ਕਾਲਾ
ਕਦੀ ਹੁੰਦਾ ਸੀ ਇਥੇ ਦੀਵਾ ਜਿਹੜਾ ਕਰਦਾ ਸੀ ਉਜਾਲਾ
ਕੋਈ ਲੈ ਗਿਆ ਦੀਵਾ ਜਾ ਕੇ ਬਾਲ ਦਿੱਤਾ ਕਿੱਤੇ ਹੋਰ
ਬਾਲਣ ਵਾਲੇ ਦੀ ਮਰਜ਼ੀ ਅੱਗੇ ਦੀਵੇ ਦਾ ਕੀ ਜ਼ੋਰ
ਕਾਲਖ ਮੇਟਣ ਵੀ ਨਾ ਆਇਆ
ਨਾ ਲਿੱਪਿਆ ਨਾ ਬਹੁਰਾਇਆ
ਫ਼ੇਰ ਆ ਗਏ ਚਾਨਣ ਦੇ ਜਰੀਏ ਕਈ ਹੋਰ
ਥੋੜ੍ਹਾ ਚੂਨਾ ਥੋੜ੍ਹੇ ਰੋੜ
ਦੋ ਇੱਟਾਂ ਦੀ ਸੀ ਗੱਲ
ਹੁਣ ਲੱਗਦੀ ਨਹੀਂ ਸੀ ਇਸ ਆਲੇ ਦੀ ਵੀ ਲੋੜ
ਚਿਣ ਕੇ ਆਲੇ ਨੂੰ ਹੁਣ
ਕਿਸੇ ਨੇ ਦਿਤਾ ਉਹਨੂੰ ਪੂਰ
ਜਿਹੜੀ ਬਾਲਦੀ ਸੀ ਦੀਵਾ ਉਹ ਤੇ ਚਲੀ ਗਈ ਦੂਰ
ਵਰ੍ਹੇ ਲੰਘੇ ਰੁੱਤਾਂ ਆਈਆਂ
ਤੀਆਂ ਆਈਆਂ ਤੀਆਂ ਗਈਆਂ
ਇਕ ਵਰ੍ਹੇ ਤੀਆਂ ਘਰ ਦੀ ਧੀ ਨੂੰ ਵੀ ਲੈ ਆਈਆਂ
ਵਰ੍ਹਿਆਂ ਬਾਅਦ ਉਸੇ ਥਾਂ ਤੇ ਉਹ ਲੱਭੇ ਬਿਨ ਬੋਲ
ਛਲਕਦੇ ਜਾਂਦੇ ਸੀ ਉਹਦੇ ਨੈਣਾਂ ਦੇ ਭਰੇ ਭਰੇ ਕੌਲ
ਹੱਥ ਫ਼ੇਰਦੀ ਸੀ ਕੰਧ ਤੇ ਜਿਵੇਂ ਬੋਲੇਗਾ ਕੋਈ ਬੋਲ
ਅੰਦਰੋਂ ਨਿੱਕਾ ਆ ਕੇ ਪੁੱਛੇ ਭੂਆ ਕਿਸੇ ਚੀਜ਼ ਦੀ ਹੈ ਲੋੜ
ਹੁਣ ਨਹੀਂ ਪਤਾ ਲੱਗਦਾ ਕਿਸ ਗੱਲ ਦੀ ਏ ਥੋੜ
ਜ਼ਿੰਦਗੀ ਨੇ ਲੈ ਲਏ ਬੜੇ ਅਜੀਬ ਜਿਹੇ ਮੋੜ॥

ਕੁਵੇਲਾ

ਇਕ ਦਿਨ ਉਹ ਮੈਥੋਂ ਥੋੜ੍ਹੀ ਅੱਗ ਉਧਾਰੀ ਮੰਗਣ ਆਇਆ
ਖ਼ਵਰੇ ਉਹ ਵੇਲਾ ਸੀ ਜਾਂ ਕੁਵੇਲਾ
ਚੁੱਲ੍ਹੇ ਕੋਲ ਹੀ ਬੈਠੀ ਸਾਂ
ਅੱਗ ਬੁਝਾ ਕੇ ਉਠਣ ਸਾਂ ਲੱਗੀ
ਤਰਲੇ ਪਾਉਂਦਾ ਕਿਥੋਂ ਆਇਆ
ਫੂਕ ਫੂਕ ਕੇ ਅੱਗ ਮੈਂ ਬਾਲੀ
ਅੱਗ ਬਾਕੀ ਹੈ ਸੀ ਮੈਨੂੰ ਵੀ ਪਤਾ ਸੀ
ਮੇਰੇ ਨਾਲ ਉਹਨੇ ਵੀ ਅੱਗ ਬਾਲੀ
ਅੱਗ ਲੈ ਕੇ ਉਹ ਤੁਰ ਗਇਆ
ਪਰ ਉਸ ਤੋਂ ਬਾਅਦ ਮੇਰੇ ਚੁੱਲ੍ਹੇ ਵਿਚ ਅੱਗ ਨਾ ਬਲ਼ੀ
ਚਿਮਟੇ ਨਾਲ ਦਿੱਤੀ ਸੀ ਅੱਗ ਪਰ ਮੇਰੇ ਪੋਟੇ ਖ਼ਵਰੇ ਕਿਉਂ
ਸੜਦੇ ਰਹਿੰਦੇ ਨੇ ਹਰ ਪਲ॥

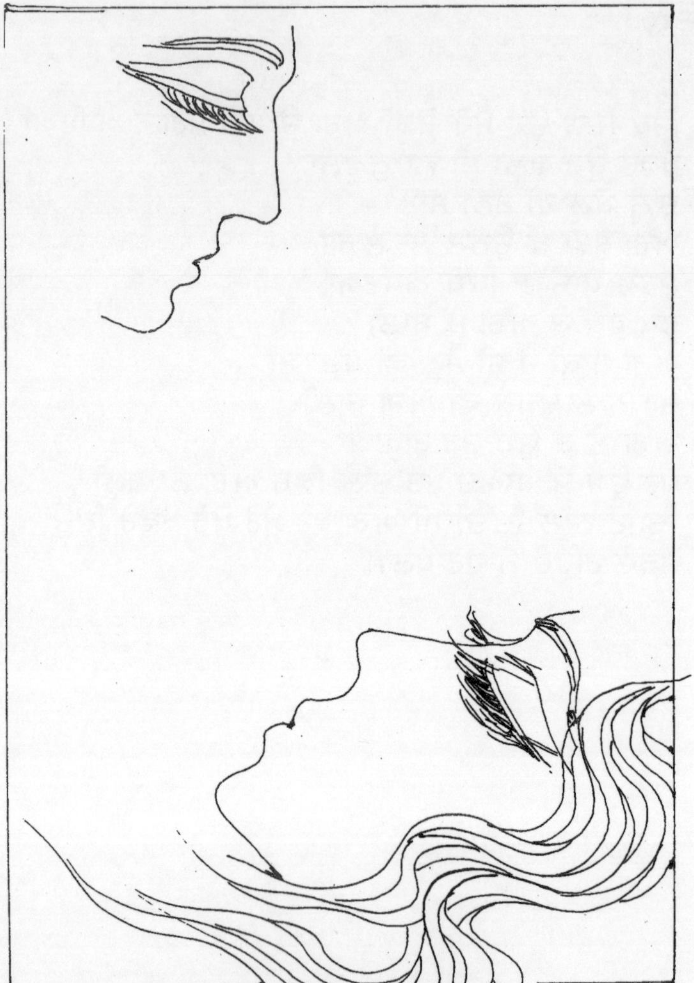

ਖ਼ਿਆਲ

ਅੱਜ ਤੈਨੂੰ ਖ਼ਵਰੇ ਕੀ ਸੋਚ ਤੇਰੇ ਹਾਲ ਤੇ ਮੈਂ ਛੱਡ ਦਿੱਤਾ
ਕਦੇ ਸੋਚੀਂ ਨਾ ਮੈਂ ਦਿਲੋਂ ਅੱਡ ਕੀਤਾ
ਅੱਖਾਂ ਤੋਂ ਉਹਲੇ ਤਾਂ ਤੈਨੂੰ ਮੈਂ ਹੋਣ ਦਿੱਤਾ
ਨਾ ਰੋਈ ਆਪ ਨਾ ਤੈਨੂੰ ਹੀ ਰੋਣ ਦਿੱਤਾ
ਕਿਸੇ ਕੁਆਰੀ ਦੇ ਗਰਭ ਵਾਂਗ ਤੈਨੂੰ
ਬੁੱਲ੍ਹ ਚਿੱਥ ਕੇ ਅੰਦਰ ਕਿਤੇ ਡੱਕ ਲਿੱਤਾ
ਦਿਨ ਚਿੱਟੇ ਤੇ ਰਾਤਾਂ ਕਾਲੀਆਂ ਨੇ
ਮੇਰੇ ਦਿਲ ਨੂੰ ਕੁਝ ਵੀ ਭਾਂਦਾ ਹੀ ਨਹੀਂ
ਪਰਚਾਵਾਂ ਲੱਖ ਵਾਰੀ ਦਿਲ ਆਪਣੇ ਨੂੰ
ਦਿਲ ਚ ਖ਼ਿਆਲ ਕੋਈ ਦੂਜਾ ਕਦੀ ਆਂਦਾ ਹੀ ਨਹੀਂ
ਕੋਈ ਮਰਦਾ ਨਹੀਂ ਕਿਸੇ ਬਗ਼ੈਰ ਜਾਣਾਂ
ਔਖਾ ਬੜਾ ਪਰ ਮੰਨਣਾ ਏ ਭਾਣਾ
ਹੋ ਜਾਂਦੇ ਨੇ ਜੁਦਾਈ ਵਿਚ ਲੋਕ ਝੱਲੇ
ਔਖਾ ਬੜਾ ਜਦੋਂ ਰਹਿਣਾ ਪਵੇ ਕੱਲੇ
ਝੱਲੇ ਹੋ ਨਾ ਜਾਣ ਤਾਂ ਕਰਨ ਕੀ ਓਹ
ਕਿੱਥੇ ਜਾਂਦੇ ਨੇ ਅਵੱਲੇ ਇਹ ਰੋਗ ਝੱਲੇ
ਕਿੰਨੀ ਮਰਹਮ ਭਾਂਵੇਂ ਇਨ੍ਹਾਂ ਤੇ ਲਾਈ ਚੱਲੋ
ਨਹੀਂ ਭਰਦੇ, ਰਹਿੰਦੇ ਨੇ ਸਦਾ ਅੱਲੇ
ਕਦੀ ਮਿਲੀ ਤਾਂ ਪੁੱਛਾਂਗੀ ਪਰਵਰਦਿਗਾਰ ਕੋਲੋਂ
ਕਾਇਨਾਤ ਚ ਕਮੀ ਆ ਜਾਣੀ ਸੀ ਜੇ ਕਿਤੇ
ਭੇਜ ਦੇਂਦੋਂ ਉਹਨੂੰ ਮੇਰੇ ਵੱਲੇ॥

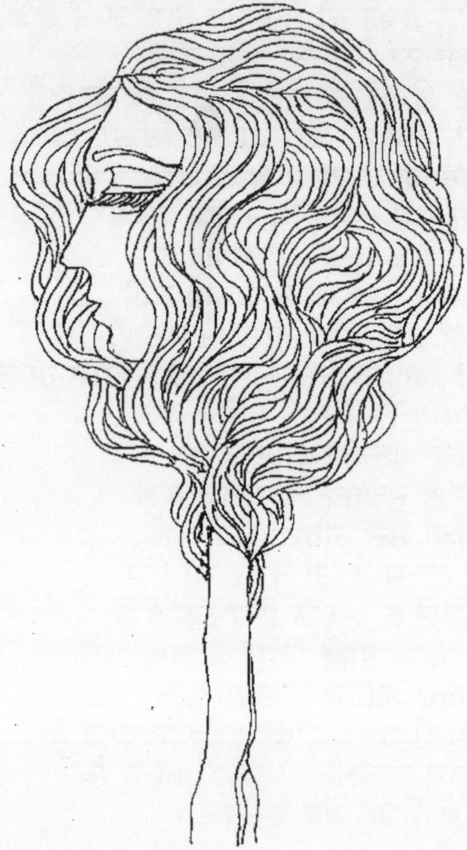

ਤਰਕਾਲਾਂ

ਨਾ ਦਿਨ ਸੀ ਨਾ ਰਾਤ ਸੀ
ਨਾ ਵੇਲਾ ਉਹ ਪ੍ਰਭਾਤ ਸੀ
ਕੱਲਮੁਕੱਲੀ ਤੁਰਦੀ ਜਾਵਾਂ
ਨਾ ਕੋਈ ਮੇਰੇ ਨਾਲ ਸੀ
ਵੇਲੇ ਵਾਂਗ ਮੇਰੀ ਵੀ
ਜ਼ਿੰਦਗੀ ਦੀ ਉਹ ਤਰਕਾਲ ਸੀ
ਕੀ ਪੁੱਛੇਗਾ ਮੈਨੂੰ ਕੋਈ
ਕੀ ਦੱਸਣਾ ਮੈਂ ਹਾਲ ਸੀ
ਤਾਰ ਤਾਰ ਮੇਰਾ ਅੰਦਰ ਬਾਹਰ
ਰੰਗ ਤੇ ਸੂਹਾ ਲਾਲ ਸੀ।।

ਸ਼ਾਹੂਕਾਰ

ਮੈਂ ਪਾਣੀ ਤੋਂ ਡਰਨ ਵਾਲੀ
ਧਰਤੀ ਤੇ ਰਹਿ ਕੇ ਸਭ ਕੁਝ ਜਰਨ ਵਾਲੀ
ਉਸ ਸਫ਼ੀਨਾ ਬਣਾ ਪਾਣੀ ਵਿਚ ਉਤਾਰ ਦਿੱਤਾ
ਤੇ ਨਾਲ ਸਾਹਿਲ ਤੇ ਆਣ ਤੋਂ ਵਰਜ ਦਿੱਤਾ
ਸ਼ਾਹੂਕਾਰਾਂ ਵਾਂਗ ਮੇਰੇ ਨਾਲ ਬੋਲਦਾ ਸੀ
ਜਿਵੇਂ ਮੈਂ ਕੋਈ ਭਾਰੀ ਕਰਜ਼ ਲਿੱਤਾ
ਵਿਆਜ ਵਾਲੀ ਤਾਂ ਗੱਲ ਤੂੰ ਛੱਡ ਬੀਬਾ
ਜੇ ਅੱਜ ਅਸਲ ਨਾ ਤੈਥੋਂ ਵਸੂਲ ਕੀਤਾ
ਨੀਵੀਂ ਪਾਈ ਮੈਂ ਖੜੀ ਖਲੋਤੀ ਰਹਿ ਗਈ
ਕੀ ਦੱਸਦੀ ਕੁਝ ਨਹੀਂ ਮੇਰੇ ਪੱਲੇ
ਦਿਲ ਚ ਦੁਆਵਾਂ ਤੇ ਅੱਖ ਚ ਹੰਝੂ ਖਾਰੇ
ਥੋੜ੍ਹਾ ਮੇਰੇ ਕੋਲ ਤੇਰੇ ਨੇ ਕਰਜ਼ ਭਾਰੇ
ਸੌਦਾ ਮੁੱਕਦਾ ਏ ਜੇ ਕਰ ਇਹਨਾਂ ਦੇ ਨਾਲ
ਹੁਣੇ ਲੈ ਲੈ ਦੇਵਾਂ ਇਕੋ ਲਖਤ ਸਾਰੇ
ਪਰ ਇਲਤਜ਼ਾ ਮੇਰੀ ਏਨੀ ਕਬੂਲ ਕਰ ਲੈ
ਮੰਗਾਂ ਲੱਖ ਵਾਰੀ ਨਾ ਦਈਂ ਹੋਰ ਉਧਾਰੇ
ਚਾਰੋਂ ਕੰਨੀਆਂ ਅੱਜ ਮੈਂ ਝਾੜ ਚੱਲੀ
ਕਿਹੜਾ ਲਵੇ ਤੇ ਉਸ ਨੂੰ ਕੌਣ ਤਾਰੇ।।

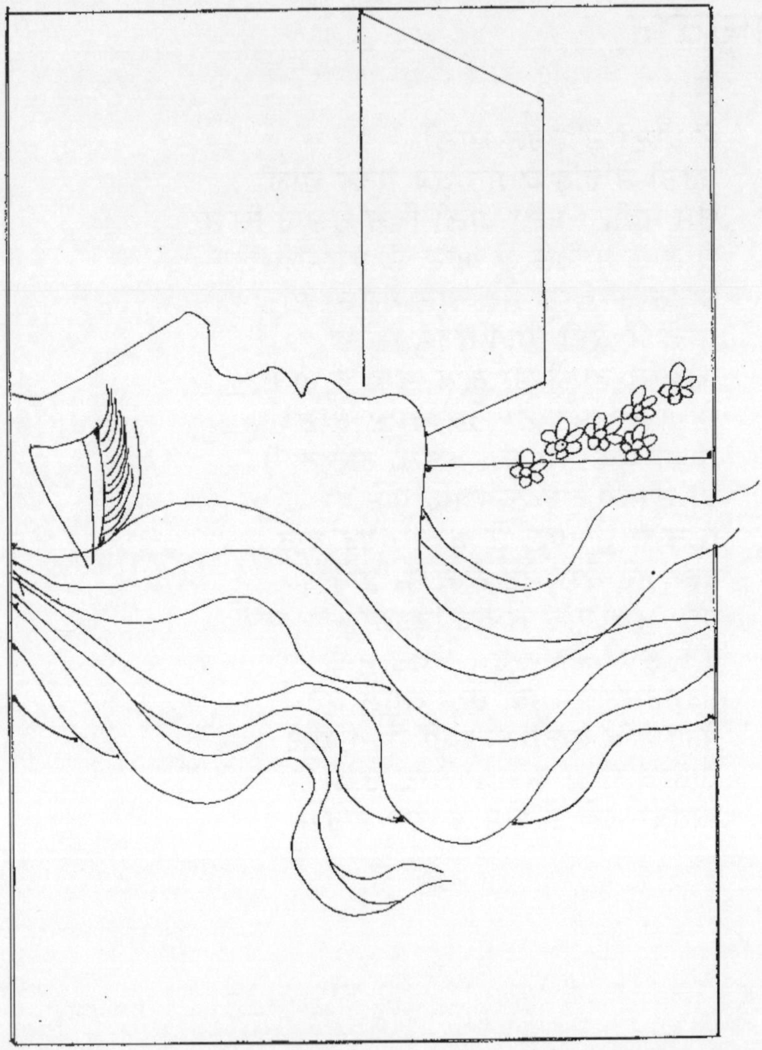

ਪੀੜ

ਪੀੜ ਆਉਂਦੀ ਹੈ ਜਦੋਂ ਵੀ ਮੇਰੇ ਬੂਹੇ
ਪਾ ਕੇ ਆਉਂਦੀ ਹੈ ਜੋੜੇ ਉਹ ਲਾਲ ਸੂਹੇ
ਮੈਂ ਵੀ ਸ਼ਗਨਾ ਦੇ ਨਾਲ ਅੰਦਰ ਲੈ ਆਵਾਂ
ਜਾਵਾਂ ਵਾਰੀ ਵਾਰੀ ਕਰਾਂ ਸੱਤ ਚਾਵਾਂ
ਹੰਝੂਆਂ ਦੇ ਲਵਾਂ ਮੈਂ ਬਾਲ ਦੀਵੇ
ਗੱਲ ਲਾ ਉਹਨੂੰ ਫ਼ੇਰ ਮੈਂ ਪੁਚਕਾਰਾਂ
ਤਕਦੀਰ ਹੱਸਦੀ ਹੈ ਦੂਰ ਖਲੋ ਕੇ ਵੇ
ਜਿਵੇਂ ਆਖਦੀ ਤੇਰੇ ਇਰਾਦੇ ਜਾਣਾਂ
ਤੇਰੇ ਨਾਲ ਹੀ ਉਮਰ ਹੰਢਾਏਗੀ ਏ
ਤੈਨੂੰ ਛੱਡ ਇਸ ਪੀੜ ਨੇ ਕਿਤੇ ਨਹੀਂ ਜਾਣਾ॥

ਠੂੰਆਂ

ਇਸ਼ਕ ਮੇਰੇ ਨੇ ਸਾਧ ਦਾ ਰੂਪ ਕੀਤਾ
ਜੱਗ ਸਾਰਾ ਹੀ ਠੂੰਆਂ ਹੋ ਬੈਠਾ
ਮੇਰਾ ਲੂੰ ਲੂੰ ਪੈ ਗਿਆ ਨੀਲਾ
ਹੋਣਾ ਸਿਰੇ ਦਾ ਕੋਈ ਉਹ ਜ਼ਹਿਰੀਲਾ
ਇਸ ਡੰਗ ਦਾ ਕਰੇ ਹੁਣ ਕੌਣ ਹੀਲਾ
ਮੇਰੇ ਸੁਫ਼ਨਿਆਂ ਦੇ ਆਲ੍ਹਣੇ ਦਾ ਅੱਜ ਖਿੰਡਿਆ
ਕਿਵੇਂ ਸਾਹਮਣੇ ਪਿਆ ਏ ਤੀਲਾ ਤੀਲਾ
ਰੱਬਾ ਜੋ ਕਰਦਾ ਏਂ ਚੰਗਾ ਕਰਦਾ ਹੋਏਂਗਾ
ਪਰ ਸਮਝ ਪੈਂਦੀ ਨਹੀਂ ਮੈਨੂੰ ਤੇਰੀ ਇਹ ਲ਼ੀਲਾ
ਫ਼ਨੀਅਰ ਨਾਗ ਚਾਰੇ ਪਾਸੇ ਫ਼ਿਰਦੇ ਨੇ
ਕੌਣ ਦੱਸੇਗਾ ਇਹਨਾ ਨੂੰ ਕਿਵੇਂ ਕੀਲਾਂ
ਕਦੇ ਮੈਂ ਵੀ ਹੁੰਦੀ ਸਾਂ ਸਵੇਰ ਵਰਗੀ
ਕੀ ਦੱਸਾਂ ਕਿਵੇਂ ਹੋ ਗਿਆ ਰੰਗ ਨੀਲਾ
ਸਬਜ਼ ਪੱਤਿਆਂ ਦੀ ਰੌਣਕ ਸਭ ਨੂੰ ਭਾ ਜਾਂਦੀ
ਹੂੰਝ ਦਿੰਦੇ ਜੇ ਹੋਵੇ ਕੋਈ ਪੱਤਾ ਪੀਲਾ॥

ਹਿਜਰ

ਕਾਲੀ ਰਾਤ ਜਦ ਜਦ ਸ਼ੂਕਦੀ
ਮੇਰੀ ਜਿੰਦ ਕੁਰਲਾਂਦੀ ਕੂਕਦੀ
ਮੈਂ ਹਿਜਰ ਦੀ ਸੂਲੀ ਚੜ੍ਹਦੀ
ਨਿੱਤ ਆਪਣੇ ਆਪ ਨਾਲ ਲੜਦੀ
ਮੇਰੇ ਸੀਨੇ ਪੈਂਦੀ ਚੀਸ ਜਿਹੀ
ਇਸ ਦਰਦ ਦੀ ਨਾ ਕੋਈ ਰੀਸ ਈ
ਇਸ ਦਰਦ ਦਾ ਨਾ ਕੋਈ ਚਾਰਾ ਈ
ਇਹਨੇ ਮੁੱਕਣਾ ਪਾਰਾ ਪਾਰਾ ਈ
ਯਾਰ ਬਿਨਾਂ ਨਾ ਕੋਈ ਸਹਾਰਾ ਈ
ਭਾਵੇਂ ਢੂੰਡ ਲਵੋ ਜੱਗ ਸਾਰਾ ਈ॥

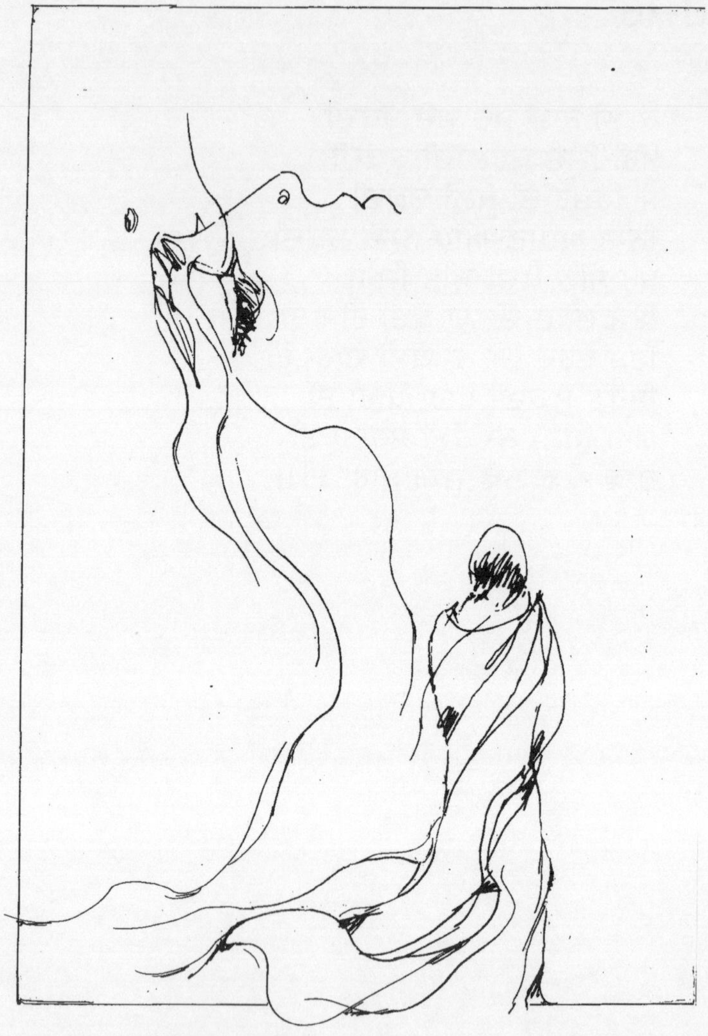

ਲਛਮਣ ਰੇਖਾ

ਮੈਂ ਤਾਂ ਟੱਪੀ ਨਾ ਕਦੇ ਕੋਈ ਲਛਮਣ ਦੀ ਲੀਕ
ਕਿਵੇਂ ਲੈ ਗਿਆ ਮੈਨੂੰ ਕੋਈ ਰਾਵਣ ਧਰੀਕ
ਲੰਮੀ ਬੜੀ ਸੀ ਮੇਰੀ ਉਡੀਕ ਦੀ ਉਡੀਕ
ਮੇਰੇ ਰਾਮ ਨੇ ਆਉਣ ਵਿਚ ਬੜਾ ਚਿਰ ਲਾਇਆ
ਪਰ ਲਿਆ ਅੱਗ ਚ ਪਾਉਣ ਚ ਨਾ ਬਿੰਦ ਲਾਇਆ
ਅੱਗ ਵਿੱਚੋਂ ਨਿਕਲ ਆਈ ਮੈਂ ਸਾਬਤ
ਕੌਣ ਜਾਣਦਾ ਏ ਮੇਰੇ ਅਰਮਾਨਾਂ ਬਾਬਤ
ਜਿਹੜੇ ਚਾਅ ਸਨ ਰਾਮ ਨੂੰ ਮਿਲਣ ਦੇ ਲਈ
ਉਹ ਉਸੇ ਘੜੀ ਦੇ ਵਿਚ ਤਬਾਹ ਹੋ ਗਏ
ਬੀਵੀ ਹੋਈ ਕਦੋਂ ਮੈਨੂੰ ਕੁਝ ਯਾਦ ਨਹੀਂ
ਹਾਂ ਪਲ ਪਲ ਦੇ ਵਿਚ ਮੈਂ ਜਗਤ ਮਾਂ ਹੋ ਗਈ।।

ਖਾਰਾ ਪਾਣੀ

ਤੇਰੇ ਖ਼ਿਆਲਾਂ ਨੇ ਦਿੱਤੇ ਤੋਹਫ਼ੇ ਅਨਮੋਲ
ਖ਼ਾਰੇ ਪਾਣੀ ਨਾਲ ਭਰ ਦਿੱਤੇ ਨੈਣਾਂ ਦੇ ਕੌਲ
ਸੀਨੇ ਚ ਬਲਦੀ ਅੱਗ ਨੂੰ ਪਾਣੀ ਦੀ ਲੋੜ
ਵਿਲਕਦੇ ਦਰਦ ਨੂੰ ਸੀ ਕਿਸੇ ਹਾਣੀ ਦੀ ਲੋੜ
ਇਕ ਇਕ ਦੋ ਮਿਲੇ ਤੇ ਹੋ ਗਏ ਯਾਰਾਂ
ਮਿਲੇ ਸ਼ਿੱਦਤ ਦੇ ਨਾਲ ਜਿਵੇਂ ਯਾਰ ਯਾਰਾਂ
ਰੁੱਤ ਜੋਬਨ ਤੇ ਆਈ ਖਿੜੀਆਂ ਬਹਾਰਾਂ
ਝੋਲੀ ਭਰੀ ਦਾਤੇ ਨੇ ਫੇਰ ਇਕ ਵਾਰਾਂ
ਆ ਕੇ ਵੇਖ ਤੇ ਸਹੀ ਕਦੀ ਤੱਤੜੀ ਨੂੰ
ਕਿਤੇ ਮੇਹਮਾਨ ਸਾਂਭਾ ਤੇ ਕਦੇ ਸ਼ੁਕਰ ਗੁਜ਼ਾਰਾਂ॥

ਸੁਫ਼ਨੇ ਚ ਸੁਫ਼ਨਾ

ਤੈਨੂੰ ਸੁਫ਼ਨੇ ਚ ਸੁਫ਼ਨਾ ਸੁਣਾਨੀ ਆਂ
ਦੱਸਾਂ ਹਕੀਕਤ ਤੇ ਨਾਂ ਕਿਸੇ ਲਾਨੀ ਆਂ
ਪਹਿਲਾਂ ਦੱਸ ਕੇ ਦਿਲ ਵਾਲੀ ਗੱਲ ਤੈਨੂੰ
ਫੇਰ ਪਤਾ ਨਹੀਂ ਕਿਉਂ ਪਛਤਾਨੀ ਆਂ
ਰਿਸ਼ਤਾ ਕਿਹੜਾ ਏ ਤੇ ਕਿਹੜੇ ਕਿਹੜੇ ਰਿਸ਼ਤਿਆਂ ਦੀ
ਕਮਲ਼ਿਆਂ ਵਾਂਗ ਪਈ ਬੁਣਤੀ ਮੈਂ ਪਾਨੀ ਆਂ
ਭਲਾ ਦੱਸ ਖਾਂ ਸੁਫ਼ਨਿਆਂ ਚ ਆਣ ਵਾਲਿਆ
ਆਪੇ ਆਨਾ ਏਂ ਜਾਂ ਜ਼ੋਰੀ ਬੁਲਾਨੀ ਆਂ
ਮਰਜ਼ੀ ਹੋਵੇ ਜੇ ਸ਼ਾਮਿਲ ਇਸ ਵਿਚ ਤੇਰੀ
ਦੇ ਹੁੰਗਾਰਾ ਮੈਂ ਅੱਗੇ ਦੀ ਗੱਲ ਸੁਣਾਨੀ ਆਂ
ਸੁਫ਼ਨਿਆਂ ਵਿਚ ਹੀ ਪਲ ਦੋ ਪਲ ਮਿਲ ਤੈਨੂੰ
ਮੈਂ ਤਾਂ ਉਮਰਾਂ ਦਾ ਸਫ਼ਰ ਪਈ ਲੰਘਾਨੀ ਆਂ
ਕਿਤੇ ਇੰਝ ਤਾਂ ਨਹੀਂ ਤੈਨੂੰ ਖ਼ਬਰ ਵੀ ਨਹੀਂ
ਤੇ ਮੈਂ ਐਵੇਂ ਹੀ ਮਰੀ ਮੁੱਕੀ ਜਾਨੀ ਆਂ।।

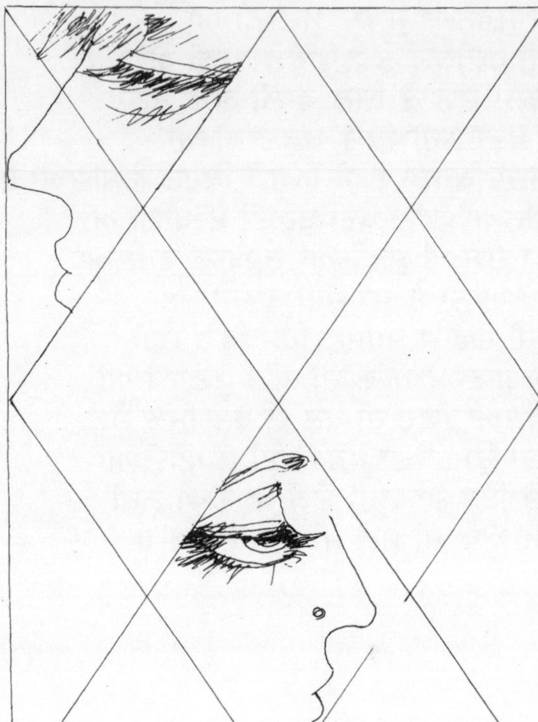

ਨੀ ਮਾਏ

ਨੀ ਮਾਏ ਕਿੱਦਾਂ ਦੇ ਲਿਖੇ ਮੇਰੇ ਲੇਖ
ਨਾ ਮੈਂ ਕੁਝ ਬੋਲ ਸਕਾਂ
ਨਾ ਕਿਧਰੇ ਦੁੱਖ ਸੁੱਖ ਫ਼ੋਲ ਸਕਾਂ
ਨੀ ਮਾਏ ਕਿੱਦਾਂ ਦੇ ਲਿਖੇ ਮੇਰੇ ਲੇਖ
ਰੇਸ਼ਮ ਹੀ ਰੇਸ਼ਮ ਮੇਰੇ ਆਲੇ ਤੇ ਦੁਆਲੇ ਮਾਏ
ਫੇਰ ਕਿਉਂ ਖਰ੍ਹਵਾ ਮੇਰਾ ਵੇਸ
ਨੀ ਮਾਏ ਕਿੱਦਾਂ ਦੇ ਲਿਖੇ ਮੇਰੇ ਲੇਖ
ਜਾਇਆਂ ਨੂੰ ਆਪਣੇ ਮੈਂ ਗਲ ਨਾਲ ਲਾਵਾਂ ਮਾਏ
ਦੱਸ ਕਿਹਨੂੰ ਦੱਸਾਂ ਦਿਲਾਂ ਵਾਲਾ ਭੇਦ
ਨੀ ਮਾਏ ਕਿੱਦਾਂ ਦੇ ਲਿਖੇ ਮੇਰੇ ਲੇਖ
ਭੈਣਾਂ ਤੇ ਭਾਬੀਆਂ ਆਂਉਦੀਆਂ ਨੇ ਮਿਲਣ ਮੈਨੂੰ
ਕਿਸੇ ਨੇ ਨਾ ਗੁੰਦੇ ਮੇਰੇ ਕੇਸ
ਨੀ ਮਾਏ ਕਿੱਦਾਂ ਦੇ ਲਿਖੇ ਮੇਰੇ ਲੇਖ
ਦੇਸਾਂ ਚ ਜੰਮੀ ਮੈਂ ਤਾਂ ਦੇਸਾਂ ਚ ਵਿਆਹੀ ਮਾਏ
ਜਾਪੇ ਚਾਰੇ ਬੰਨਾ ਕਿਉਂ ਪਰਦੇਸ
ਨੀ ਮਾਏ ਕਿੱਦਾਂ ਦੇ ਲਿਖੇ ਮੇਰੇ ਲੇਖ
ਤਾਰੇ ਨੇ ਅੰਬਰਾਂ ਚ ਚੰਨ ਨਿਤ ਚੜ੍ਹੇ ਵਿਹੜੇ
ਧਰਤੀ ਨਾ ਕੋਈ ਪੈਰਾਂ ਹੇਠ
ਨੀ ਮਾਏ ਕਿੱਦਾਂ ਦੇ ਲਿਖੇ ਮੇਰੇ ਲੇਖ
ਕੰਤ ਤੇ ਮੇਰਾ ਕੁਝ ਪੁੱਛਦਾ ਨਾ ਦੱਸਦਾ
ਨਿਰਾ ਹੀ ਲੱਗੇ ਦਰਵੇਸ
ਨੀ ਮਾਏ ਕਿੱਦਾਂ ਦੇ ਲਿਖੇ ਮੇਰੇ ਲੇਖ।।

ਆਫ਼ਤ

ਅੱਜ ਫੇਰ ਚਿਰਾਂ ਬਾਅਦ ਮੇਰੇ ਚਿਹਰੇ ਤੇ ਮੁਸਕਰਾਹਟ ਆਈ
ਜਾਣ ਗਈ ਮੈਂ ਆਫ਼ਤ ਆਈ ਕਿ ਆਈ
ਸਮਝਾਇਆ ਜੀ ਨੂੰ ਕੋਈ ਗੱਲ ਈ ਨਹੀਂ
ਤੂੰ ਵੀ ਕਿਸੇ ਦੀ ਕੁੱਖੋਂ ਹੈਂ ਜਾਈ
ਆਫ਼ਤ ਆਏਗੀ ਕਿਉਂ ਸਦਾ ਤੇਰੇ ਉੱਤੇ
ਕਿਹੜੇ ਰੱਬ ਦੇ ਮਾਂਹ ਤੂੰ ਪੁੱਟ ਆਈ
ਮਾਂ ਤੋਂ ਦੁਆਵਾਂ ਤਾਂ ਮਿਲੀਆਂ ਸਨ ਬਹੁਤ ਸਾਰੀਆਂ
ਖ਼ਵਰੇ ਅਣਗਹਿਲੀ ਚ ਕਿਤੇ ਮੈਂ ਸੁੱਟ ਆਈ
ਕਿਹਦੇ ਹੱਥ ਆਈਆਂ ਉਹ ਤਾਂ ਰੱਬ ਜਾਣੇ
ਸੁਣਦੀ ਆਈ ਹਾਂ ਉਹ ਤਾਂ ਸੱਭ ਜਾਣੇ
ਤੂੰ ਜਾਣੇ, ਉਹ ਜਾਣੇ ਜਾਂ ਸਾਰਾ ਜੱਗ ਜਾਣੇ
ਸਾਰੇ ਲਗਦੇ ਨੇ ਕਿਉਂ ਇੰਝ ਓਪਰੇ ਜਿਹੇ
ਇਕ ਦੇ ਮੈਨੂੰ ਜਿਹੜਾ ਮੈਨੂੰ ਜਾਣੇ
ਕਹਿਰ ਵਰਤਾ ਕੇ ਕਿੰਝ ਕੋਈ ਆਖਦਾ ਏ
ਚੁੱਪ ਰਹਿ ਕੇ ਮੰਨੀ ਜਾ ਤੂੰ ਭਾਣੇ॥

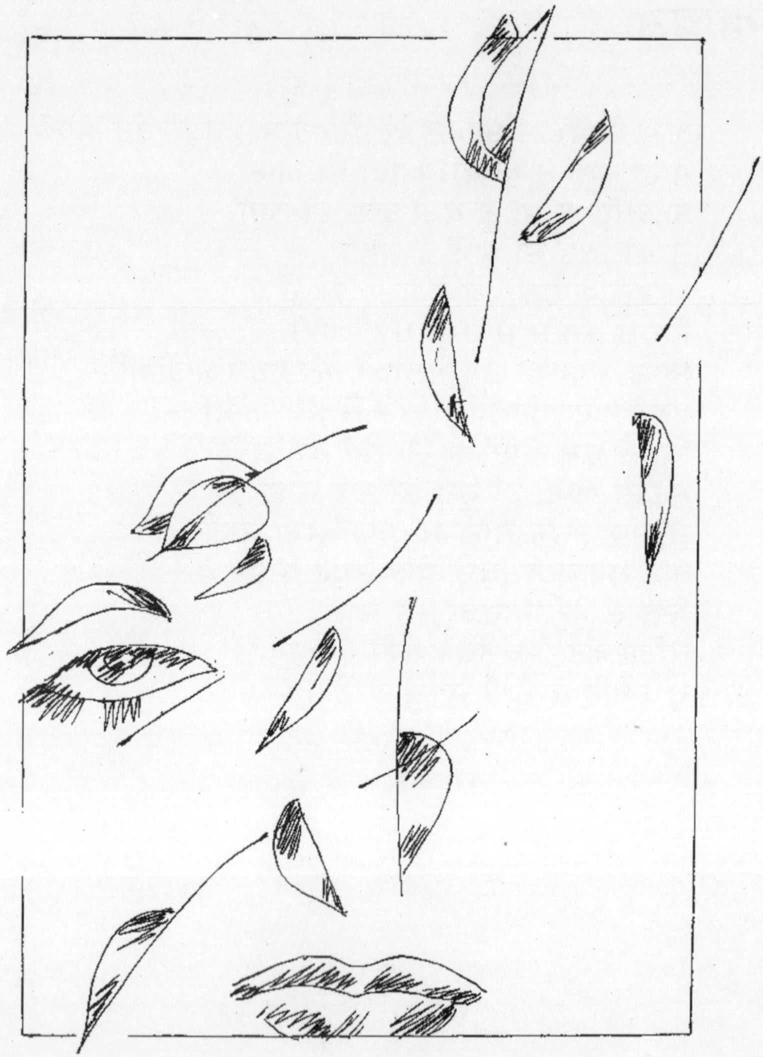

ਲੇਖਾ ਜੋਖਾ

ਰਾਤ ਦੀ ਸਿਆਹੀ ਲੈ ਆਂਦੀ ਨਿੱਤ ਨਵੀਂ ਤਬਾਹੀ
ਜਿੰਨਾ ਲੁੱਟ ਲੈਂਦੀ ਓਨੀ ਹੁੰਦੀ ਨਹੀਂ ਕਮਾਈ
ਘਾਟੇ ਵਾਲਾ ਸੌਦਾ ਮੇਰੇ ਹਿੱਸੇ ਵਿੱਚ ਆਇਆ
ਕਈ ਚਿਰ ਦਿਲ ਨੂੰ ਮੈਂ ਬੜਾ ਭਰਮਾਇਆ
ਮੇਰੀ ਨਹੀਂ ਚੱਲਦੀ ਹੁਣ ਪੇਸ਼ ਦਿਲ ਅੱਗੇ
ਕੌਣ ਸਮਝਾਵੇ ਕਿਸੇ ਦੇ ਆਖੇ ਨਾ ਇਹ ਲੱਗੇ
ਲੇਖਾਂ ਦਾ ਇਹ ਲੇਖਾ ਜੋਖਾ ਚੱਲੇ ਅੱਗੇ ਅੱਗੇ।।

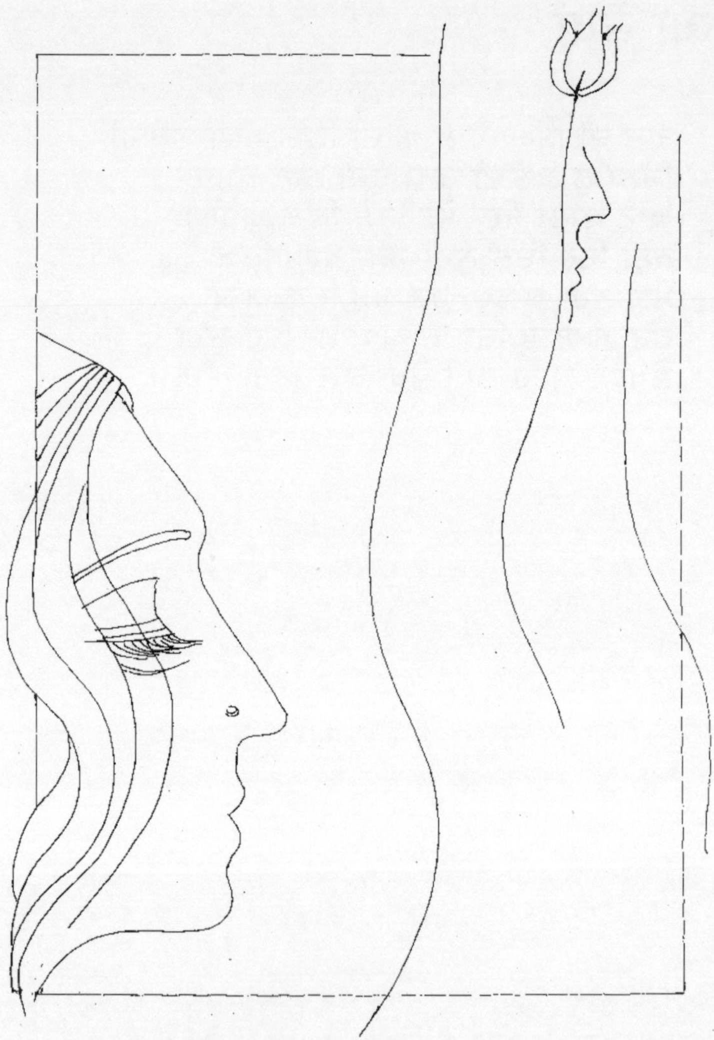

ਸੋਹਣੇ ਯਾਰ

ਹਰ ਸ਼ਖਸ ਦੀ ਜ਼ਿੰਦਗੀ ਵਿਚ
ਕਦੀ ਨਾ ਕਦੀ ਕੋਈ ਨਾ ਕੋਈ
ਮਸੀਹਾ ਜ਼ਰੂਰ ਆਉਂਦਾ ਹੈ
ਜਿਸ ਤੇ ਕਰਮ ਹੋਵੇ ਸੱਚੇ ਰੱਬ ਦਾ ਵੇ
ਚਿਰਾਂ ਵਿਛੜਿਆਂ ਦਾ ਮੇਲ ਕਰਾਂਵਦਾ ਏ

ਕੁਲ ਜਹਾਨ ਜਾਣੇ ਉਮਰਾਂ ਲੰਘ ਜਾਵਣ
ਗਲੀ ਗਲੀ ਦੀ ਲੋਕ ਪਏ ਖ਼ਾਕ ਛਾਨਣ
ਕੋਲੋਂ ਲੰਘ ਜਾਂਦੇ ਸੋਹਣੇ ਯਾਰ ਸੱਚੇ
ਲੇਖ ਨਹੀਂ ਦੇਂਦੇ ਉਨਾਂ ਨੂੰ ਕਦੀ ਪਛਾਨਣ॥

ਤੇਰਾ ਖ਼ਿਆਲ

ਤੇਰਾ ਆਇਆ ਮੈਨੂੰ ਖ਼ਿਆਲ ਵੇ
ਮੇਰਾ ਜੀਣਾ ਹੋਇਆ ਮੁਹਾਲ ਵੇ
ਮੇਰੇ ਗਲ ਵਿਚ ਖੁੱਲ੍ਹੇ ਵਾਲ ਵੇ
ਇਹ ਹਾਲ ਵੀ ਬੜਾ ਕਮਾਲ ਵੇ
ਮੇਰੇ ਦਿਲ ਦਾ ਕਰ ਖ਼ਿਆਲ ਵੇ
ਅੱਡ ਹੋ ਨਾ ਪਾ ਲੈ ਸਾਂਝ ਵੇ
ਮੈਂ ਜਾਵਾਂ ਪੱਲ ਪੱਲ ਖਿੰਡਦੀ
ਮੈਨੂੰ ਆ ਕੇ ਰਤਾ ਸੰਭਾਲ ਵੇ
ਮੇਰੇ ਦਿਲ ਦਾ ਮੰਦੜਾ ਹਾਲ ਵੇ
ਮੈਨੂੰ ਛੱਡ ਨਾ ਲੈ ਚੱਲ ਨਾਲ ਵੇ॥

ਬੇਬਾਕ

ਉਹਦਾ ਜੋ ਜੀ ਕਰਦਾ ਹੈ ਉਹ ਬੇਝਿਜਕ ਕਹਿ ਲੈਂਦਾ ਹੈ
ਪਿਆਰ ਵੀ ਤਕਰਾਰ ਵੀ
ਕਿੰਨੀ ਬੇਬਾਕ ਬੇਪਰਵਾਹ ਹੈ ਉਹਦੀ ਜ਼ਿੰਦਗੀ
ਮੇਰੇ ਖ਼ਿਆਲਾਂ ਤੇ ਵੀ ਤੇ ਬੁੱਲ੍ਹਾਂ ਤੇ ਵੀ ਹਮੇਸ਼ਾ ਤੋਂ ਜੰਦਰਾ
ਕਿਹਾ ਪਾਲ ਲਿਆ ਦਿਲ ਨੇ ਰੋਗ ਚੰਦਰਾ
ਉਹਨੂੰ ਆਪਣੀ ਗੱਲ ਸਮਝਾਉਣ ਦਾ ਬੜਾ ਵੱਲ ਏ
ਮੇਰੇ ਦਿਲ ਵਿਚ ਇਹ ਕੇਹੋ ਜਹੀ ਛੱਲ ਏ
ਜੋ ਤਾਂਹ ਠਾਂਹ ਹੁੰਦੀ ਪਲ ਪਲ ਏ
ਮੈਨੂੰ ਨਹੀਂ ਆਂਦਾ ਕਹਿਣ ਦਾ ਕੋਈ ਵੱਲ ਏ
ਬੇਚੈਨੀ ਵੱਧਦੀ ਜਾ ਰਹੀ ਹਰ ਪਲ ਏ
ਕੌਣ ਛੱਲਦਾ ਮੈਨੂੰ ਪਲ ਪਲ ਏ।।

ਦਿਲਾਸਾ

ਕੋਈ ਕਰੇ ਕੀ ਕਿਸਮਤ ਦੇ ਮਾਰਿਆਂ ਦਾ
ਇਹ ਦੋਸ਼ ਹੈ ਸਿਰਫ਼ ਸਿਤਾਰਿਆਂ ਦਾ
ਮਸਾਂ ਗੱਲੋਂ ਲਾਹਿਆ ਸੀ ਝੂਠੇ ਹਾਸੇ ਨੂੰ ਮੈਂ
ਗਲ ਲਾਣਾ ਸੀ ਤੇਰੇ ਦਿਲਾਸੇ ਨੂੰ ਮੈਂ
ਕੌਣ ਜਾਣੇ ਇਸ ਵਿਚ ਉਸਦੀ ਹੈ ਕੋਈ ਰਜ਼ਾ
ਨਹੀਂ ਮੁੱਕੀ ਅਜੇ ਬਾਕੀ ਹੈ ਮੇਰੀ ਸਜ਼ਾ।।

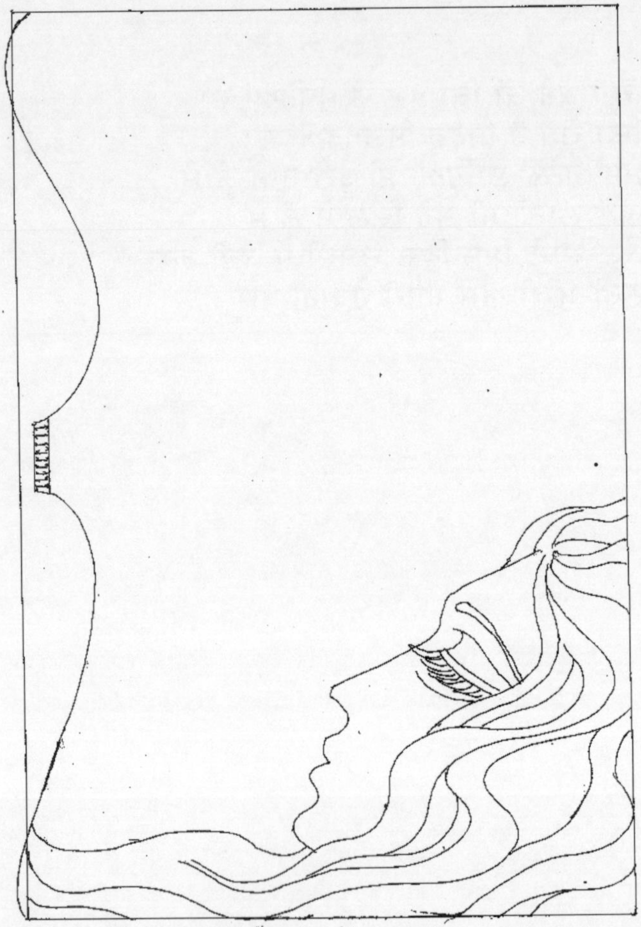

ਗੁਰੂ ਦੱਖਣਾ

ਮੈਂ ਆਪਣੇ ਮਨ ਨੂੰ ਵਰਾ ਕੇ ਪਿਛਲਾ ਵਰ੍ਹਾ ਲੰਘਾ ਲਿਆ
ਵਰ੍ਹਾ ਲੰਘ ਗਿਆ ਵਰ੍ਹੇ ਵੀ ਲੰਘ ਜਾਣਗੇ
ਮੇਰੇ ਵਰਗੇ ਦੁਨੀਆ ਵਿਚ ਲੋਕ ਫ਼ੇਰ ਵੀ ਆਣਗੇ
ਜਿਹੜੇ ਬੁੱਤਾਂ ਤੋਂ ਵੀ ਤੀਰਅੰਦਾਜ਼ੀ ਦਾ ਹੁਨਰ ਪਾਣਗੇ
ਜੱਗ ਜਾਣਦਾ ਹੈ ਇਤਿਹਾਸ ਗਵਾਹ ਹੈ
ਇਕਲੱਵੇਆ ਦਾ ਨਿਸ਼ਾਨਾ ਅਰਜੁਨ ਤੋਂ ਵੱਧ ਸੀ
ਪਰ ਫ਼ੇਰ ਵੀ ਮੰਗਣ ਵਾਲੇ ਨੇ ਉਹਦਾ ਅੰਗੂਠਾ ਮੰਗ ਲਿਆ
ਇਹ ਉਨਾਂ ਦੀ ਸੋਚ ਦੀ ਹੱਦ ਸੀ ॥

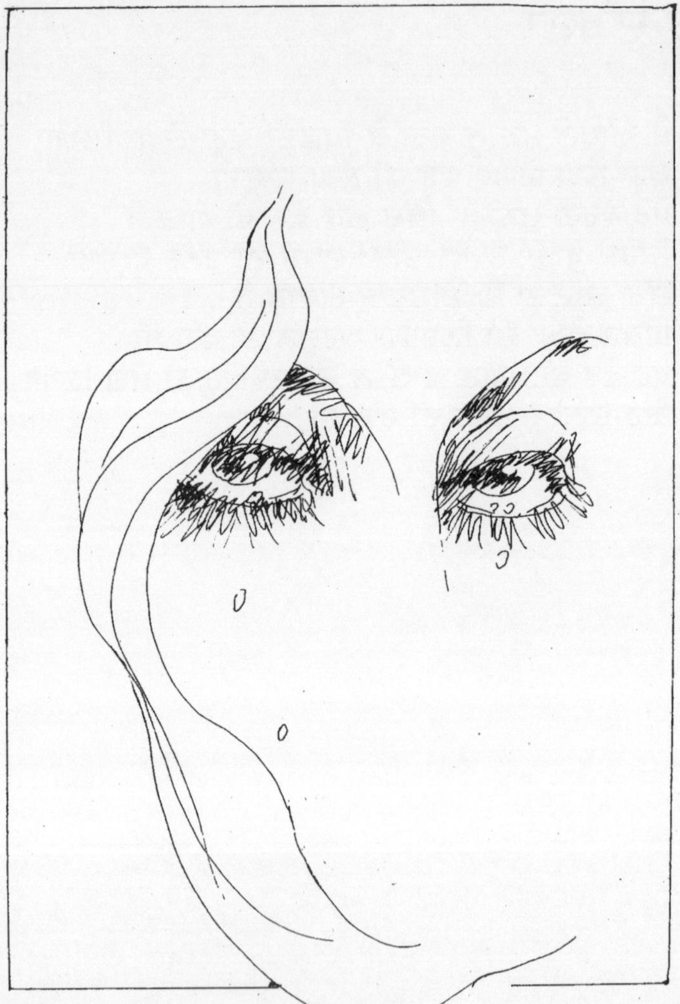

ਲੰਮੀ ਰਾਤ

ਰਾਤ ਰਾਤ ਜਾਗ ਖ਼ੌਰੇ ਕਿਹਨੂੰ ਮੈਂ ਉਡੀਕਦੀ
ਕੰਧਾਂ ਉਤੇ ਦਿਲ ਦੀਆਂ ਕੀ ਮੈਂ ਉਲੀਕਦੀ
ਬੁੱਲ੍ਹ ਤੇ ਮੈਂ ਚਿੱਥ ਲਵਾਂ ਰੂਹ ਮੇਰੀ ਚੀਕਦੀ
ਕਦੋਂ ਮੁੱਕਣੀ ਏਂ ਲੰਮੀ ਰਾਤ ਇਹ ਉਡੀਕ ਦੀ॥

ਇਰਾਦਾ

ਲੀਹਾਂ ਉਤੇ ਮੈਨੂੰ ਦੂਰ ਤੱਕ ਤੁਰਾਣ ਵਾਲਿਆ
ਹੰਝੂ ਪੂੰਝ ਕਦੀ ਜ਼ਾਰ ਜ਼ਾਰ ਰੁਆਣ ਵਾਲਿਆ
ਕਦੀ ਪਰਤ ਵੀ ਲੈ ਇੰਤਜ਼ਾਰ ਕਰਾਣ ਵਾਲਿਆ
ਵਾਦੇ ਕਰਦਾਂ ਏਂ ਨਿਤ ਤੂੰ ਆਣ ਵਾਲੇ
ਇਰਾਦੇ ਲਗਦੇ ਨੀ ਤੇਰੇ ਨਿਭਾਣ ਵਾਲੇ
ਕਿਹੜੇ ਯੁੱਗ ਦੇ ਕਰਜ਼ ਦੀ ਗੱਲ ਕਰਦਾ ਏਂ
ਅੱਜ ਮੇਰੇ ਸਿਰਫ਼ ਫ਼ਰਜ਼ ਦੀ ਗੱਲ ਕਰਦਾ ਏਂ
ਨੇਮ ਵਰਤ ਤੇ ਰੋਜ਼ੇ ਵੀ ਮੈਂ ਰੱਖ ਲਵਾਂਗੀ
ਜੋ ਭਾਵੇ ਤੈਨੂੰ ਉਹ ਮੈਂ ਜਰ ਲਾਂਗੀ॥

ਕਿੱਲ

ਜੇ ਰੋਵਾਂ ਤਾਂ ਅੱਖੀਆਂ ਭਿੱਜਣ ਨਾ ਰੋਵਾਂ ਤਾਂ ਦਿਲ
ਇਹ ਮੇਰੇ ਸੀਨੇ ਦੇ ਵਿੱਚ ਕੈਸਾ ਖੁੱਭਾ ਕਿੱਲ
ਭਿੱਜਣ ਸਿੱਜਣ ਅੱਖੀਆਂ ਹੌਲਾ ਹੋ ਜਾਏ ਦਿਲ
ਜੇ ਤੂੰ ਮੈਨੂੰ ਗਲ ਨਾਲ ਲਾ ਕੇ ਕੱਢ ਦੇਵੇਂ ਇਹ ਕਿੱਲ॥

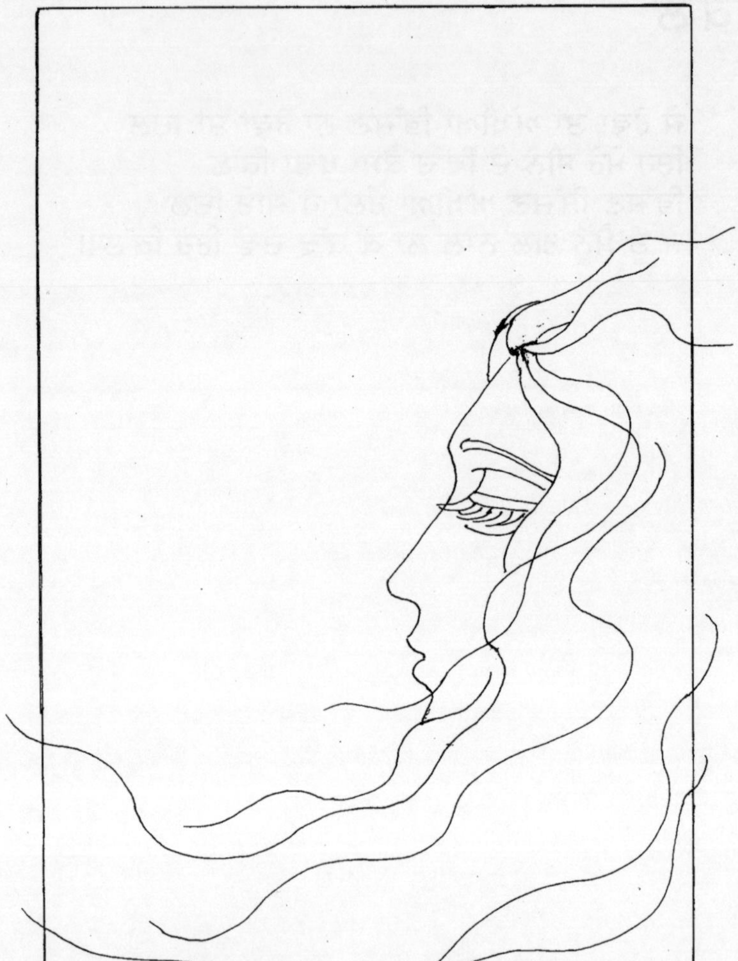

ਵਿਛੋੜੇ ਦਾ ਦਰਦ

ਵਿਛੋੜੇ ਦਾ ਦਰਦ ਤੇਰੇ ਨਾਲ ਹੀ ਹੰਢਾਇਆ
ਨਾਲ ਤੁਰਦਾ ਏਂ ਹਮੇਸ਼ਾ ਕਦੇ ਜ਼ਰਾ ਨਾ ਵੰਡਾਇਆ
ਹਾਏ ਰੁੱਤਾਂ ਉਹਨੂੰ ਪੁੱਛਣ ਚੰਨ ਵੇਖਣ ਰੋਜ਼ ਆਇਆ
ਪਰ ਵੇਖਣ ਵਾਲਿਆ ਤੈਨੂੰ ਰਤਾ ਤਰਸ ਨਾ ਆਇਆ
ਮੈਨੂੰ ਰੋਲ ਨਾ ਏਦਾਂ ਤੈਨੂੰ ਲੱਖ ਸਮਝਾਇਆ
ਪਰ ਸਮਝ ਕਦੋਂ ਆਈ ਜਦ ਕਿਸੇ ਸਮਝਾਇਆ॥

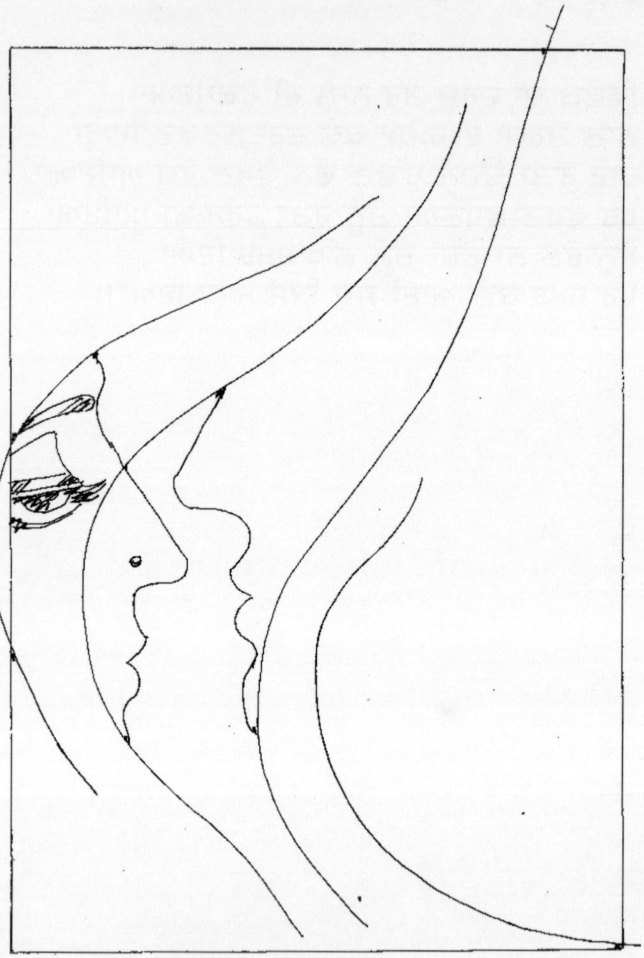

ਝੱਲੀ

ਮੈਂ ਸੋਚ ਆਪਣੀ ਤੋਂ ਜਾਵਾਂ ਵਾਰੀ
ਸੋਚ ਜਾਵੇ ਜਿੱਤੀ ਮੈਂ ਤਾਂ ਜਾਵਾਂ ਹਾਰੀ
ਮੇਰੀ ਸੋਚ ਦੀ ਗੱਲ ਹੈ ਬੜੀ ਵਖਰੀ
ਇਹ ਤਾਂ ਜੱਗ ਤੋਂ ਲੱਗੇ ਮੈਨੂੰ ਨਿਆਰੀ
ਜਾਣਦੀ ਮੈਂ ਵੀ ਹਾਂ ਤੂੰ ਨਹੀਂ ਕੋਲ ਮੇਰੇ
.ਫੇਰ ਵੀ ਜਾਪਦਾ ਇੰਜ ਜਿਵੇਂ ਕੋਲ ਮੇਰੇ
ਬੋਲਾਂ ਕਿਸੇ ਦੇ ਨਾਲ ਜਾਂ ਕੋਈ ਹੋਰ ਬੋਲੇ
ਮੈਨੂੰ ਸੁਣਨ ਉਨਾਂ ਵਿਚ ਸਿਰਫ਼ ਬੋਲ ਤੇਰੇ
ਮੈ ਕੱਲੀ ਹੋ ਕੇ ਵੀ ਨਹੀਂ ਹੁੰਦੀ ਕੱਲੀ
ਗੱਲਾਂ ਕਰਾਂ ਤੇਰੇ ਨਾਲ ਜਿਵੇਂ ਹੋਵਾਂ ਝੱਲੀ॥

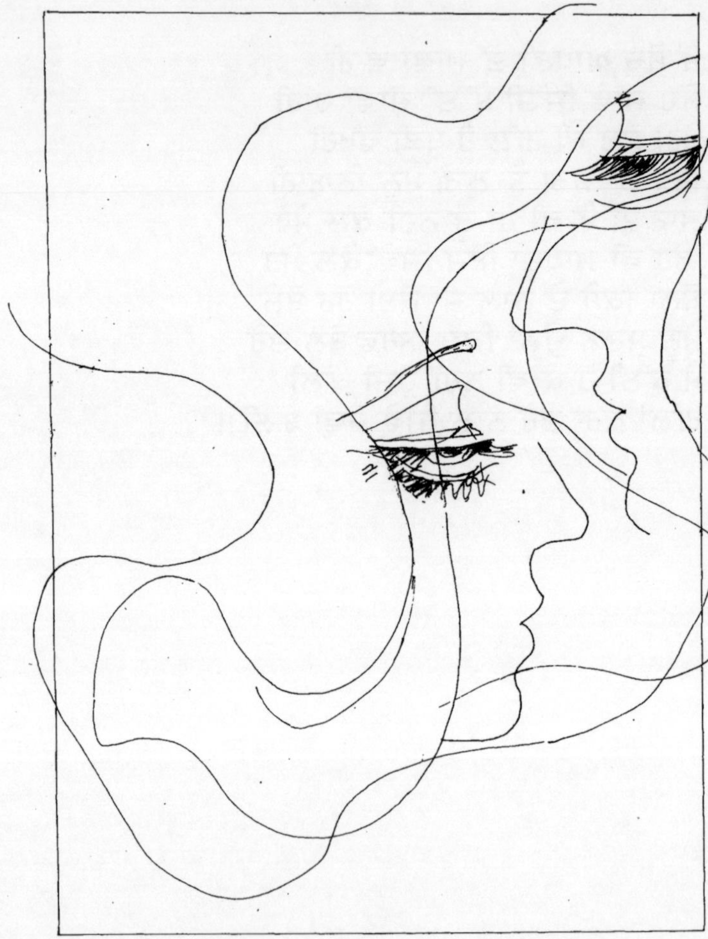

ਪੈਂਡੇ ਲੰਮੇਰੇ

ਡੁਲ੍ਹ ਡੁਲ੍ਹ ਪੈਂਦੇ ਨੇ ਹੁਣ ਮੇਰੇ ਨੈਣਾਂ ਦੇ ਕੌਲ
ਜੀ ਕਰਦਾ ਏ ਲਵਾਂ ਮੈਂ ਵੀ ਦੁੱਖ ਸੁੱਖ ਫ਼ੋਲ
ਕੋਈ ਦੂਰ ਏ ਬੜਾ, ਨਹੀਂ ਬਹਿੰਦਾ ਮੇਰੇ ਕੋਲ
ਜਦੋਂ ਮਿਲਦਾ ਏ ਦਿੰਦਾ ਏ ਤੋਹਫ਼ੇ ਅਨਮੋਲ
ਕਦੀ ਜੋਰੀ ਦਿੰਦਾ ਏ ਕਦੀ ਇਲਤਜ਼ਾ ਦੇ ਨਾਲ
ਵੇਖ ਜਜ਼ਬਾਤ ਉਹਦੇ ਪੈਂਦੇ ਨੇ ਸੀਨੇ ਵਿਚ ਹੌਲ
ਕਿੰਝ ਆਖਾਂ ਮੈਂ ਦੱਸ ਸਮਝਾਵਾਂ ਕਿਵੇਂ ਬੋਲ
ਪਾਵਾਂ ਮਿੰਨਤਾਂ ਇਹ ਜਿੰਦ ਮੇਰੀ ਇੰਝ ਨਾ ਰੋਲ
ਅਹਿਸਾਸ ਦੇ ਰਾਹਾਂ ਦੇ ਪੈਂਡੇ ਲੰਮੇਰੇ
ਕਿੰਝ ਦੱਸਾਂ ਮੈਂ ਤੈਨੂੰ ਥੋੜ੍ਹੇ ਸਾਹ ਮੇਰੇ ਕੋਲ
ਹੁਣ ਕਿੱਥੇ ਲੱਭਣੇ ਨੇ ਜਿਹੜੇ ਪਲ ਨੇ ਗੁਆਚੇ
ਛੱਡ ਦੇ ਇਹ ਰਾਹਾਂ ਐਂਵੇ ਮਿੱਟੀ ਨਾ .ਫਰੋਲ॥

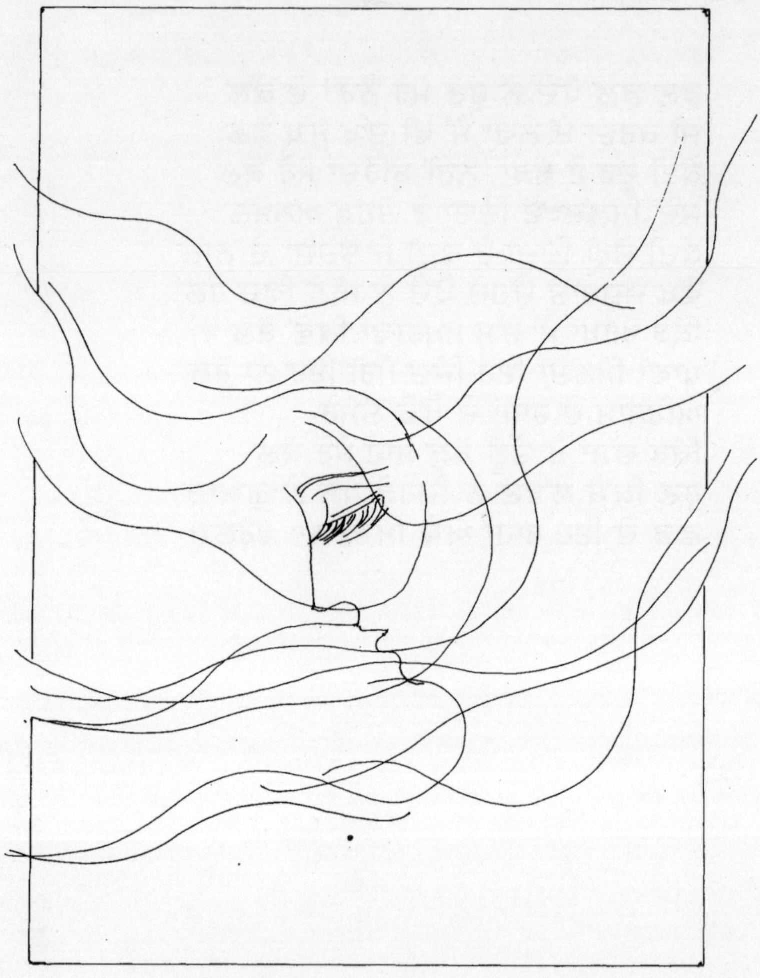

ਤੇਜ਼ ਹਵਾਵਾਂ

ਕਦੀ ਜਾਪਦਾ ਏ ਦਿਲ ਦੀ ਜ਼ਮੀਨ ਬੰਜਰ ਏ
ਇਹਨੂੰ ਕੁਰੇਦਣ ਲਈ ਜ਼ਿੰਦਗੀ ਲੱਭਦੀ ਇਕ ਖੰਜਰ ਏ
ਕਦੀ ਕੋਈ ਹੌਲੀ ਜਿਹੀ ਕਹਿੰਦਾ
ਬੰਜਰ ਨਹੀਂ ਸਿਰੇ ਦੀ ਜ਼ਰਖੇਜ਼ ਏ
ਇਹ ਗੱਲ ਹੋਰ ਏ ਇਸ ਤੇ ਚੱਲੀਆਂ ਹਵਾਵਾਂ ਕੁਝ ਤੇਜ਼ ਨੇ
ਤੇਜ਼ ਹਵਾਵਾਂ ਨਹੀਂ ਕੁਝ ਰਹਿਣ ਦੇਂਦੀਆਂ
ਨਾ ਸੁਣਨ ਤੇ ਨਾ ਹੀ ਕੁਝ ਕਹਿਣ ਦੇਂਦੀਆਂ
ਸਰਦੀ ਹੋਵੇ ਤਾਂ ਕਿੰਨੀ ਵੀ ਘੁੱਟ ਕੇ ਮਾਰੋ ਬੁੱਕਲ
ਤੇਜ਼ ਹਵਾਵਾਂ ਨਹੀਂ ਬੁੱਕਲ ਨੂੰ ਰਹਿਣ ਦੇਂਦੀਆਂ
ਗਰਮੀ ਦੀ ਰੁੱਤ ਹੋਵੇ ਤੇ ਜਿੰਨਾ ਵੀ ਸਿਮਟ ਜਾਵਾਂ
ਸਭ ਖਲਾਰ ਦੇਂਦੀਆਂ ਨੇ
ਕੁੱਝ ਨਹੀਂ ਟਿਕਿਆ ਰਹਿਣ ਦੇਂਦੀਆਂ॥

ਪਰਤਾਂ

ਇਸ ਦਿਲ ਤੇ ਗੁਜ਼ਰੇ ਨੇ ਬੜੇ ਹਾਦਸੇ
ਇੰਝ ਪਰਤਾਂ ਨਾ ਫ਼ਰੋਲ ਤੈਨੂੰ ਪਾਵਾਂ ਵਾਸਤੇ
ਮੈਥੋਂ ਦੱਸ ਵੀ ਨਹੀਂ ਹੋਣਾ ਤੈਥੋਂ ਸੁਣ ਵੀ ਨਹੀਂ ਹੋਣਾ
ਛੇੜ ਕੇ ਕੋਈ ਦਾਸਤਾਂ ਅਸਾਂ ਦੋਵਾਂ ਬਹਿ ਕੇ ਰੋਣਾ
ਤੁਰੇ ਜਾਨੇ ਆਂ ਅਸੀਂ ਜਿਵੇਂ ਜ਼ਿੰਦਗੀ ਨੇ ਤੁਰਾਇਆ
ਕਿਹਦੇ ਮੋੜਿਆਂ ਦੱਸ ਕੋਈ ਜਾਣ ਵਾਲਾ ਆਇਆ
ਜਾਣਦੀ ਹਾਂ ਮੈਂ ਵੀ ਇਹ ਗੱਲ ਤੇਰੀ ਵੀ ਏ ਸੱਚ
ਜ਼ਰਾ ਠੇਸ ਲੱਗੇ ਦਿਲ ਟੁੱਟੇ ਵਾਂਗਰ ਕੱਚ
ਦਿਲ ਮੁੜਦਾ ਨਹੀਂ ਕਦੀ ਚਾਹੇ ਲੱਖ ਸਮਝਾਇਆ
ਦੱਸ ਕਮਲਿਆ ਦਿਲਾ ਤੇਰੇ ਹੱਥ ਕੀ ਵੇ ਆਇਆ॥

ਗੁਆਚਾ ਪੱਲ

ਜੀ ਨਹੀਂ ਸੀ ਕਰਦਾ ਅੱਜ ਸੌਣ ਨੂੰ
ਜੀ ਕਰਦਾ ਸੀ ਗਲ ਲਾ ਤੈਨੂੰ ਰੋਣ ਨੂੰ
ਖ਼ਵਰੇ ਤੈਨੂੰ ਅੱਜ ਕਿਹਾ ਉਣੀਂਦਾ ਸੀ
ਕੋਈ ਬੋਲ ਨਾ ਤੈਨੂੰ ਸੁਣੀਂਦਾ ਸੀ
ਅੱਜ ਚੜ੍ਹੀ ਸੀ ਤੈਨੂੰ ਗੂੜ੍ਹੀ ਖ਼ੁਮਾਰੀ
ਮੇਰੇ ਦਿਲ ਤੇ ਬਿਪਤਾ ਸੀ ਬੜੀ ਭਾਰੀ
ਕੀ ਦੱਸਾਂ ਮੈਂ ਰਾਤ ਕਿਵੇਂ ਗੁਜ਼ਾਰੀ
ਜਿਹੜੀ ਪੁੱਛਦਾ ਰਹਿੰਦਾ ਸੈਂ ਰੋਜ਼ ਮੈਥੋਂ
ਅੱਜ ਦੱਸ ਸਕਦੀ ਸਾਂ ਸਾਰੀ ਦੀ ਸਾਰੀ
ਪਹੁ ਫੁੱਟੀ ਸਵੇਰ ਦਾ ਰੰਗ ਹੁਣ ਆ ਚਲਿਆ
ਉਹਨੇ ਆ ਹਨੇਰੇ ਨੂੰ ਪਰ੍ਹਾਂ ਠੱਲ੍ਹਿਆ
ਫ਼ੇਰ ਓਹੀ ਦੁਨੀਆ ਫ਼ੇਰ ਓਹੀ ਹਾਸੇ
ਕਿਹਨੇ ਲੈਣੇ ਤੇ ਕਿਹਨੇ ਦੇਣੇ ਦਿਲਾਸੇ॥

ਵਸੂਲੀ

.ਖ਼ੌਰੇ ਕਿਹੜੇ ਜਨਮਾਂ ਦਾ ਕਰਜ਼ਾ ਸੀ ਮੇਰਾ
ਉਸ ਕਿੱਥੇ ਆ ਕੇ ਕਿੰਝ ਵਸੂਲ ਕੀਤਾ
ਵਰ੍ਹਿਆਂ ਬੱਧੀ ਅਸੀਂ ਪਿਆਰ ਆਪਣੇ ਨੂੰ
ਨਜ਼ਰ ਵਿਚ ਕਦੇ ਸੁਫ਼ਨਿਆਂ ਵਿਚ ਕਬੂਲ ਕੀਤਾ
ਰੱਬ ਜਾਣੇ ਫ਼ਿਰ ਕਿਸਦੀ ਨਜ਼ਰ ਲੱਗੀ
ਹਰ ਫੁੱਲ ਕਿਸੇ ਇੰਝ ਬਬੂਲ ਕੀਤਾ
ਕਦੀ ਰੱਬ ਦੇ ਸ਼ੁਕਰ ਗੁਜ਼ਾਰ ਹੁੰਦੇ ਸਾਂ
ਰਿਸ਼ਤਾ ਜਿਹਨੇ ਸੀ ਇਹ ਨਜ਼ੂਲ ਕੀਤਾ
ਕਿਹੜੀਆਂ ਜ਼ਰਬਾਂ ਤਕਸੀਮਾਂ ਦੇ ਨਾਲ ਮੈਥੋਂ
ਪਾਈ ਪਾਈ ਉਸ ਜਦੋਂ ਵਸੂਲ ਕੀਤਾ
ਬੇਬਸ ਖੜੀ ਸਾਂ ਕਹਿ ਨਾ ਸਕੀ ਕੁਝ ਉਹਨੂੰ
ਇਹੋ ਆਖ ਮੈਂ ਖ਼ੁਦ ਨੂੰ ਸੰਭਾਲ ਲਿੱਤਾ
ਤੇਰੀਆਂ ਹੋਰ ਸੌਗਾਤਾਂ ਵਾਂਗ ਸੋਹਣਿਆ ਵੇ
ਤੇਰਾ ਇਹ ਇਲਜ਼ਾਮ ਵੀ ਮੈਂ ਕਬੂਲ ਕੀਤਾ।।

ਜਜ਼ਬਾਤ

ਮਾਫ਼ੀ ਮੰਗ ਕੇ ਮੈਨੂੰ ਸ਼ਰਮਿੰਦਾ ਨਾ ਕਰ
ਜੋ ਮੈਂ ਜਰ ਨਹੀਂ ਸਕਦੀ ਉਹ ਕਰਿਆ ਨਾ ਕਰ
ਤੈਨੂੰ ਮਾਫ਼ ਕਰ ਦੇਵਾਂ ਮੇਰੀ ਔਕਾਤ ਨਹੀਂ
ਹਾਦਸਾ ਭੁੱਲ ਜਾਵਾਂ ਮੈਂ ਮੇਰੇ ਵੱਸ ਦੀ ਬਾਤ ਨਹੀਂ
ਜਾਣਦੀ ਹਾਂ ਤੈਨੂੰ ਰਿਸ਼ਤਿਆਂ ਦੀ ਕਦਰ ਏ
ਕਦਰ ਕਰਨ ਤੇ ਰਿਸ਼ਤੇ ਜੀਣ ਵਿਚ ਬੜਾ ਫ਼ਰਕ ਏ
ਜਜ਼ਬਾਤਾਂ ਦੀ ਝੱਜਰ ਭਰਨਾ ਹੋਰ ਗੱਲ ਏ
ਉਸ ਚੋਂ ਘੁੱਟ ਪੀਣਾ ਹੀ ਜੀਣ ਦਾ ਅਸਲੀ ਵੱਲ ਏ।।

ਸਬਰ

ਮੈਂ ਪਿਆਰ ਕਰਾਂ ਜਾਂ ਮੇਰਾ ਮਿਲਣ ਨੂੰ ਜੀ ਕਰੇ ਇਹਦੇ ਚ ਤੇਰਾ
ਕੀ ਕਸੂਰ ਏ
ਪਿਆਰ ਨੂੰ ਪਿਆਰ ਦੁਆ ਨੂੰ ਦੁਆ ਨਾ ਮਿਲੇ ਇਹੋ ਹੀ ਦੁਨੀਆ
ਦਾ ਦਸਤੂਰ ਏ
ਲੋਕ ਮੈਨੂੰ ਦੱਸਦੇ ਨੇ ਕਿ ਤੂੰ ਆਇਆ ਤੂੰ ਚਲਾ ਗਿਆ
ਤੇ ਤੇਰਾ ਮਿਲਣ ਨੂੰ ਜੀ ਨਹੀਂ ਕੀਤਾ
ਮੈਂ ਇਸ ਹਾਲ ਦਾ ਜ਼ਿਕਰ ਕਿਸੇ ਹੋਰ ਨਾਲ ਕਦੀ ਨਹੀਂ ਕੀਤਾ
ਦਿਲ ਭਰ ਭਰ ਆਉਂਦਾ ਹੈ ਪਰ ਮੈਂ ਫ਼ੇਰ ਸਬਰ ਦਾ ਘੁੱਟ ਪੀਤਾ
ਪਰ ਤੇਰੇ ਨਾਲ ਮੈਨੂੰ ਕੋਈ ਗਿਲਾ ਨਹੀਂ
ਆਪਣੇ ਆਪ ਨੂੰ ਸਵਾਲ ਕਰਦੀ ਹਾਂ ਕਿ ਮੇਰੇ ਕਿਸੇ ਕਰਮ ਦਾ
ਕੋਈ ਸਿਲਾ ਨਹੀਂ
ਇਸ ਦਰਦ ਨੂੰ ਦੱਸ ਕਿੰਨਾ ਜਰੇ ਕੋਈ
ਜੇ ਕੱਲਿਆ ਜੀਣਾ ਨਾ ਸਿੱਖ ਲਏ ਤੇ ਹੋਰ ਕੀ ਕਰੇ ਕੋਈ ॥

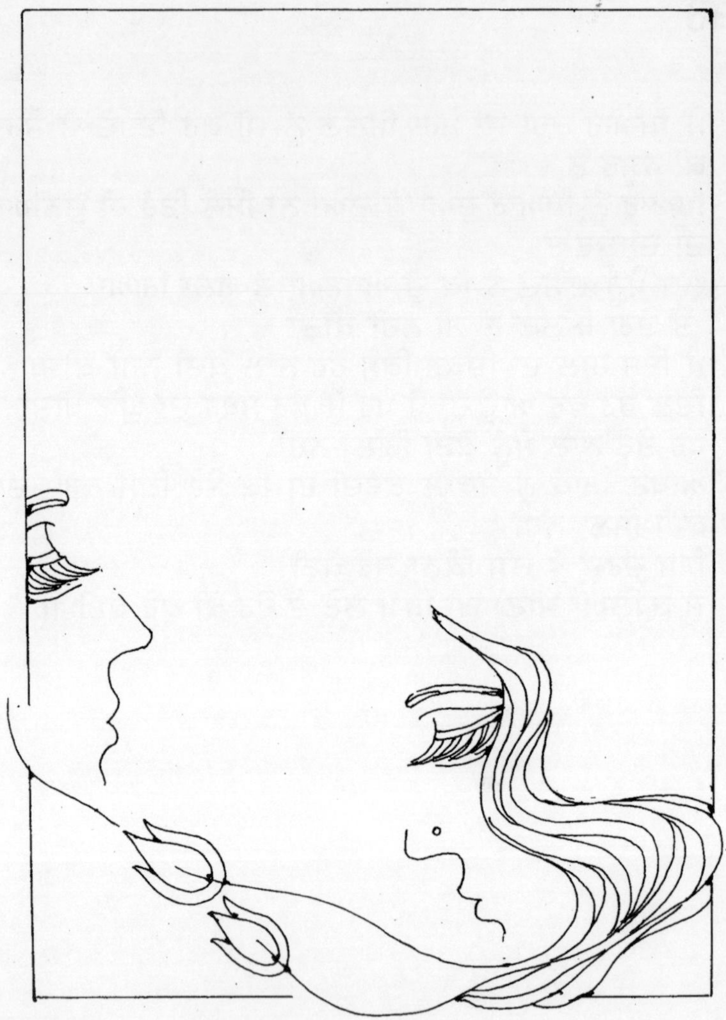

ਦੁਆ

ਤੇਰੀ ਸੋਚ ਨੂੰ ਸਜਦੇ ਲੱਖ ਵਾਰੀ
ਤੇਰੇ ਪਿਆਰ ਤੋਂ ਜਾਵਾਂ ਮੈਂ ਵਾਰੀ
ਜਿਥੇ ਜਾਵੇਂ ਤੂੰ ਜਿੱਤ ਨੂੰ ਮਾਣਦਾ ਰਵੇਂ
ਤੇਰੇ ਵੰਡ ਦੀ ਹਾਰ ਮੈਂ ਜਾਵਾਂ ਹਾਰੀ
ਮੈਂ ਕੌਣ ਹਾਂ ਇਸ ਦਾ ਫ਼ਿਕਰ ਨਾ ਕਰ
ਜੋ ਦਿਲ ਚ ਨਹੀਂ ਉਸਦਾ ਜ਼ਿਕਰ ਨਾ ਕਰ
ਕੌਲ ਜ਼ੁਬਾਨ ਤੋਂ ਮੈਂ ਨਹੀਂ ਫ਼ਿਰਨ ਵਾਲੀ
ਰੇਤ ਵਾਂਗ ਨਾ ਮੁੱਠੀ ਚੋਂ ਕਿਰਨ ਵਾਲੀ
ਦਿਲ ਦਾ ਰਿਸ਼ਤਾ ਅਸੀ ਦਿਲਾਂ ਨਾਲ ਨਿਭਾਲਾਂਗੇ
ਅਗਲੀ ਵਾਰੀ ਅਸੀ ਰੱਬ ਨੂੰ ਮਨਾ ਲਾਂਗੇ॥

ਤਾਰਿਆਂ ਦੀ ਛਾਂ

ਈਦ ਦੀਆਂ ਕੀਤੀਆਂ ਸਾਰਿਆਂ ਨੇ ਮੌਜਾਂ
ਮੈਨੂੰ ਲੱਗੇ ਮੇਰਾ ਇਕ ਵਧ ਗਿਆ ਰੋਜ਼ਾ
ਰੋਜ਼ ਸਰਘੀ ਵੇਲੇ ਅੱਖ ਖੁੱਲ੍ਹ ਜਾਂਦੀ ਮੇਰੀ
ਕੌਡੀ ਵੀ ਨਾ ਮੁੱਲ ਪਾਇਆ ਉਸ ਪ੍ਰੀਤ ਦਾ ਮੇਰੀ
ਬੈਠੀ ਬੈਠੀ ਤਾਰਿਆਂ ਦੀ ਛਾਂਵੇ ਮੈਂ ਸੋਚਾਂ
ਮੇਰੇ ਨਸੀਬ ਦੇ ਪੈਰਾਂ ਨੂੰ ਕਿਉਂ ਪਈਆ ਮੋਚਾਂ
ਧਰਤੀ ਸੀ ਉੱਚੀ ਨੀਵੀਂ ਜਾਂ ਦਿੱਤਾ ਕਿਸੇ ਧੱਕਾ
ਮੇਰੇ ਵਾਂਗ ਉਹ ਵੀ ਅੱਜ ਖੜਾ ਏ ਹੱਕਾ ਬੱਕਾ।।

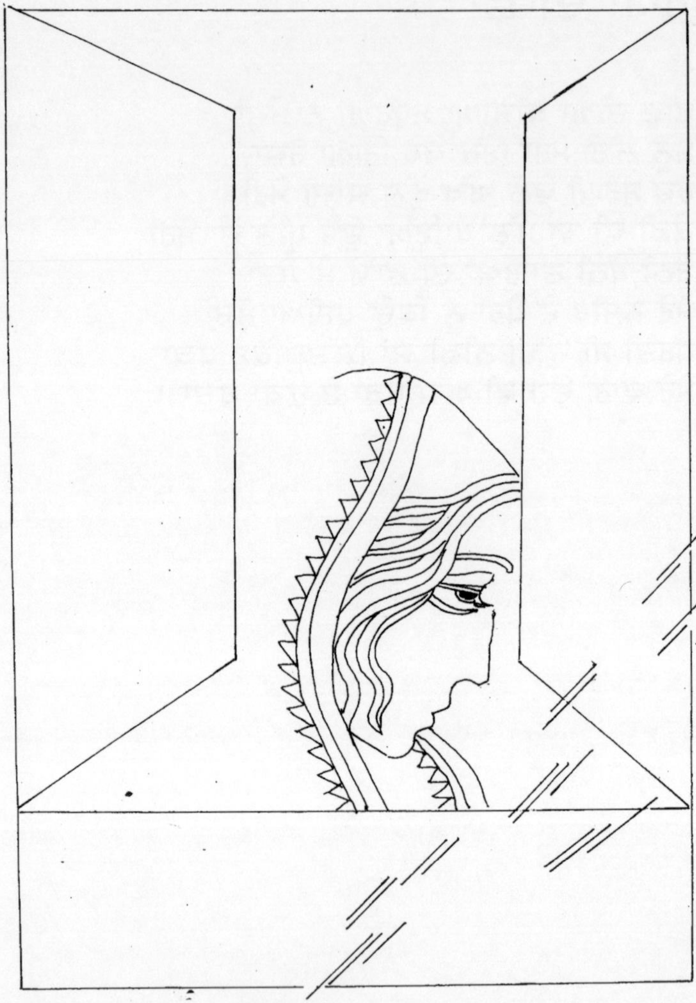

ਵਿਸਰੀ ਬਾਤ

ਕਾਲੀ ਬੋਲੀ ਸੁੰਨੀ ਰਾਤ
ਯਾਦ ਆਈ ਕੋਈ ਵਿਸਰੀ ਬਾਤ
ਅੱਡੀਆਂ ਚੁੱਕ ਕੇ ਹੌਂਸਲਾ ਕਰ ਕੇ
ਬਾਰੀ ਖੋਲ੍ਹ ਕੇ ਮਾਰੀ ਝਾਤ
ਜਿੰਨੀ ਮੈਨੂੰ ਲੱਗਦੀ ਪਈ ਸੀ
ਖ਼ਵਰੇ ਕੀ ਮੈਂ ਸੁਣਦੀ ਪਈ ਸੀ
ਓਨੀ ਤੇ ਨਾ ਸੀ ਬਰਸਾਤ
ਸੜਕ ਕਿਤੇ ਅੱਧਸੁੱਕੀ ਅੱਧਗਿੱਲੀ
ਪੌਣ ਚੱਲੇ ਕੁਝ ਸਿੱਲ੍ਹੀ ਸਿੱਲ੍ਹੀ
ਵਰ੍ਹੇਗਾ ਬੱਦਲ ਇੰਝ ਮੈਨੂੰ ਜਾਪੇ
ਆਸ ਕਰਨ ਧੀ ਗਰੀਬ ਦੇ ਮਾਪੇ
ਨਾ ਕੋਈ ਪੁੱਛੇ ਨਾ ਕੋਈ ਦੱਸੇ
ਰਾਜਕੁਮਾਰ ਕੋਈ ਲੈ ਜਾਏ ਆਪੇ॥

ਗ੍ਰਹਿਣ

ਕਹਿਣ ਨੂੰ ਪੂਰਨਮਾਸ਼ੀ ਸੀ
ਪਰ ਦਿਲ ਤੇ ਬੜੀ ਉਦਾਸੀ ਸੀ
ਅੰਬਰ ਵੀ ਰਹਿ ਰਹਿ ਗੱਜਦਾ ਸੀ
ਚਿੱਤ ਉਹਦਾ ਵੀ ਰੋਣ ਨੂੰ ਕਰਦਾ ਸੀ
ਸਿਖਰ ਦੁਪਹਿਰੇ ਘੁੱਪ ਹਨੇਰਾ ਸੀ
ਮੇਰਾ ਸੁੰਨਾ ਪਿਆ ਬਨੇਰਾ ਸੀ
ਲੱਗਦਾ ਸੀ ਲੱਗਾ ਗ੍ਰਹਿਣ ਵੇ
ਦਿਲ ਕੀ ਕੀ ਲੱਗਾ ਸਹਿਣ ਵੇ।।

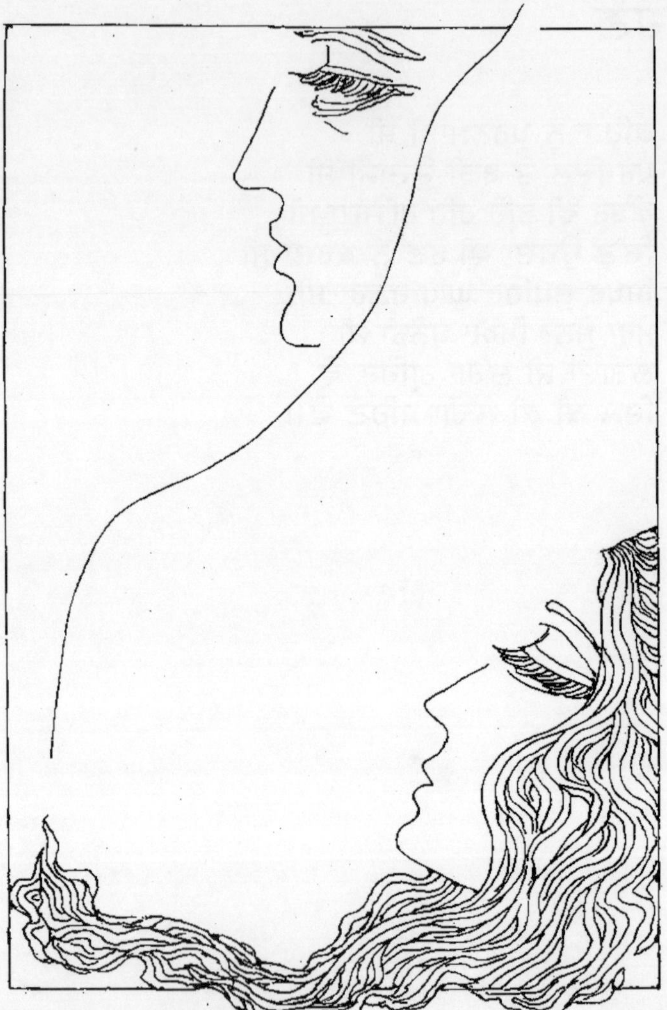

ਮਾਰੂਥਲ

ਤਪਦੇ ਮਾਰੂਥਲ ਨੂੰ ਜਾਪੇ ਪਾਣੀ ਦੀ ਲੋੜ
ਜਜ਼ਬਿਆਂ ਨੂੰ ਸਮਝੇ ਉਸ ਹਾਣੀ ਦੀ ਲੋੜ
ਭੀੜ ਬੜੀ ਹੈ ਦੁਨੀਆ ਚ ਚਾਰੋਂ ਪਾਸੇ
ਰੰਗੀਨ ਨਜ਼ਾਰੇ ਤੇ ਖਿੜਖਿੜਾਂਦੇ ਹਾਸੇ
ਮੇਰੀ ਇੱਕਲਤਾ ਨੂੰ ਖ਼ਵਰੇ ਕਿਸ ਦੀ ਥੋੜ
ਰਾਹ ਪਥਰੀਲਾ ਖਿੱਲਰੇ ਨੇ ਬੜੇ ਹੀ ਰੋੜ
ਬਹੁਤੇ ਨੁਕੀਲੇ ਕੋਈ ਟਾਵਾਂ ਹੋਣਾ ਏ ਗੋਲ
ਸ਼ੋਰ ਚਾਰੇ ਪਾਸੇ ਲੱਭੇ ਨਾ ਪਿਆਰ ਦੇ ਬੋਲ
ਥੱਕ ਹਾਰ ਕੇ ਬੈਠੀ ਹਾਂ ਸੱਚ ਆਖਾਂ
ਮੈਂ ਵੇਖ ਆਈ ਜੱਗ ਸਾਰਾ ਹੀ ਟੋਲ
ਪੁੱਛਣ ਦੱਸਣ ਦੀ ਕੋਈ ਗੱਲ ਹੀ ਨਹੀਂ
ਕਿੱਥੇ ਜਾਂਦੇ ਨੇ ਦਿਲਾਂ ਦੇ ਦੁੱਖ ਇਹ ਫ਼ੋਲ
ਵਾਸਤਾ ਪਾਨੀ ਆਂ ਦਿਲਾ ਛੱਡ ਦੇ ਇਹ ਰਾਹਾਂ
ਭਾਰੀ ਪੈਂਦੀਆਂ ਨੇ ਔਖੀਆਂ ਨਾ ਕਰ ਸਾਹਾਂ
ਤੇਰਾ ਜਾਣਾ ਨਹੀਂ ਕੁੱਝ
ਮੇਰਾ ਰਹਿਣਾ ਨਹੀਂ ਕੁੱਝ
ਇਹ ਬੁਝਾਰਤਾਂ ਨਹੀਂ ਸੌਖੀਆਂ
ਏਦਾਂ ਗੱਲਾਂ ਚ ਨਾ ਬੁੱਝ॥

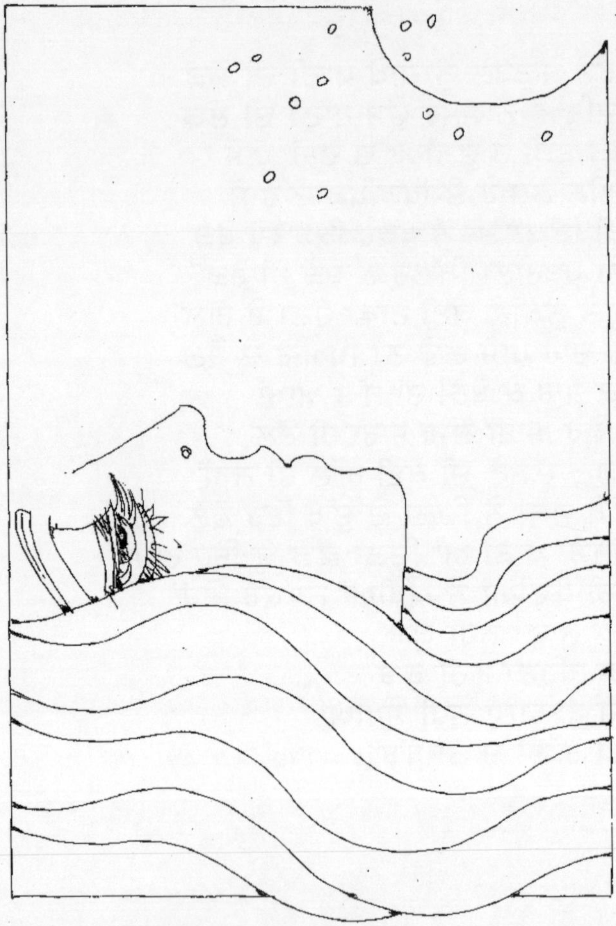

ਚੰਨ

ਚੰਨ ਚੰਨ ਕਹਿ ਕੇ ਕਿਹਾ ਪਾਇਆ ਏ ਪੁਆੜਾ
ਹੁਣ ਹੱਸਦਾ ਏ ਮੈਨੂੰ ਵੇਖ ਕੱਲਾ ਕੱਲਾ ਤਾਰਾ
ਜਦ ਸਾਂਭਣਾ ਨਹੀਂ ਸੀ ਆਉਂਦਾ ਕਾਹਨੂੰ ਪਾਇਆ ਸੀ ਖਲਾਰਾ
ਮੈਂ ਤਾਂ ਜ਼ਾਰ ਜ਼ਾਰ ਰੋਵਾਂ ਜਦੋਂ ਸੌਂਵੇ ਜੱਗ ਸਾਰਾ
ਦੱਸ ਕਿੱਥੇ ਝੋਲੀ ਅੱਡਾਂ ਕਿੱਥੇ ਹੱਥ ਮੈਂ ਪਸਾਰਾਂ
ਚੰਨ ਚੰਨ ਕਹਿ ਕੇ ਕਿਹਾ ਪਾਇਆ ਏ ਪੁਆੜਾ
ਹੁੱਣ ਹੱਸਦਾ ਏ ਮੈਨੂੰ ਵੇਖ ਕੱਲਾ ਕੱਲਾ ਤਾਰਾ॥

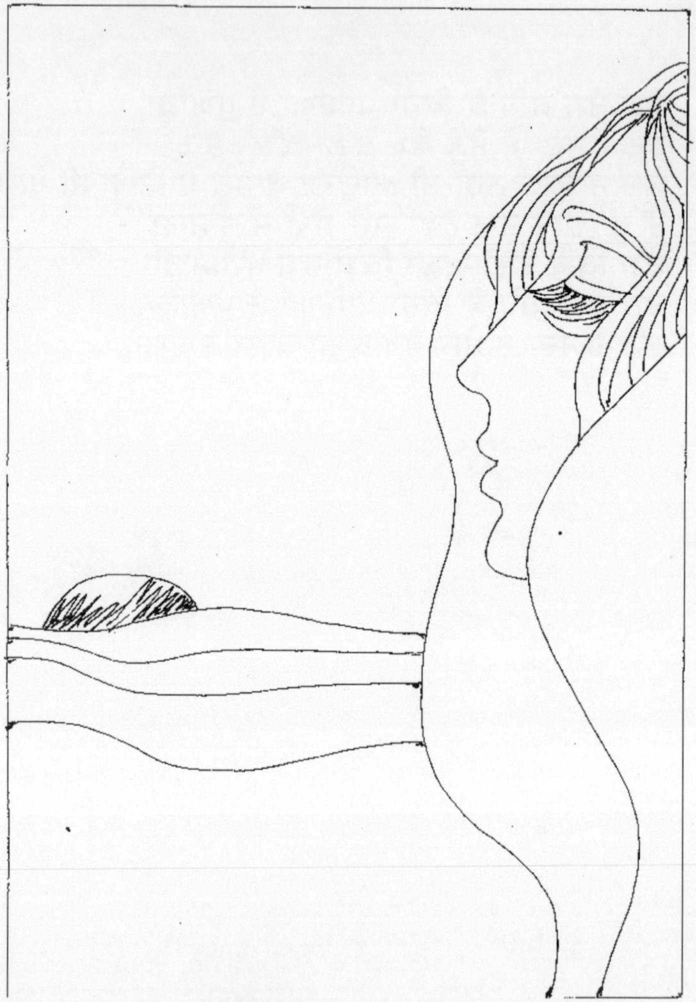

ਬੀਆਬਾਨ

ਸੋਚਦੀ ਸੋਚਦੀ ਨੂੰ ਦਿਨ ਤੋਂ ਰਾਤ ਪੈ ਗਈ
ਰਾਤ ਬੀਤੀ ਤੇ ਦਿਨ ਫ਼ੇਰ ਚੜ੍ਹ ਆਇਆ
ਦਿਲ ਉਜੜੇ ਬੀਆਬਾਨ ਵਾਕਰ
ਕਦੇ ਨੈਣਾਂ ਵਿਚ ਮੇਰੇ ਹੜ੍ਹ ਆਇਆ
ਉਮਰਾਂ ਦਾ ਸੂਰਜ ਵੇਖ ਹੁਣ ਡੁੱਬ ਚੱਲਿਆ
ਰਾਤ ਪੈ ਗਈ ਚੰਨ ਫ਼ੇਰ ਚੜ੍ਹ ਆਇਆ
ਇਹ ਨਿਯਮ ਨੇ ਕੁਦਰਤ ਦੇ ਕੀ ਜਾਣਾ
ਕਿਨ੍ਹੇ ਜਾਣਾ ਹੈ ਕਿਸੇ ਨੇ ਕਦੋਂ ਆਣਾ॥

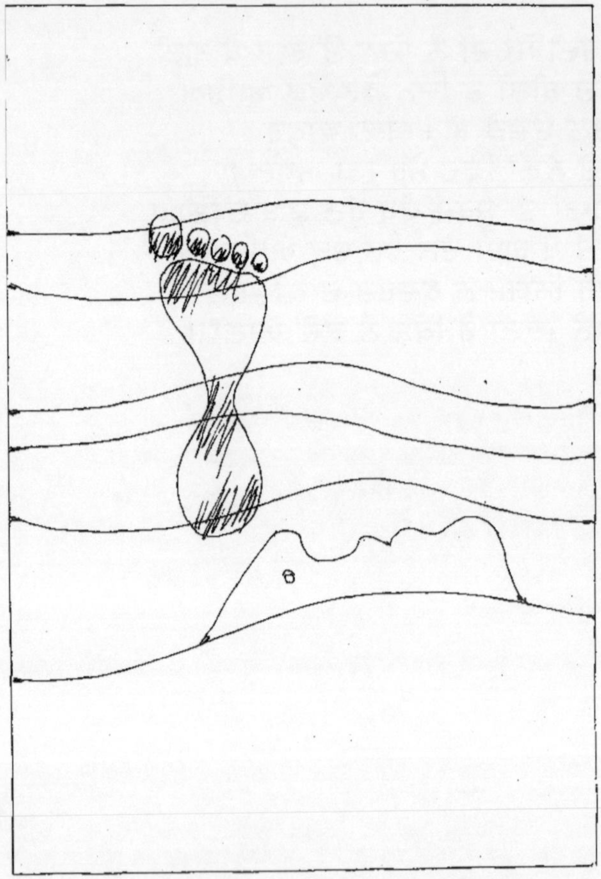

ਅਜਨਬੀ ਸ਼ਹਿਰ

ਮੈਨੂੰ ਆਪ ਤੋਂ ਆਂਦਾ ਭੈਅ ਵੇ
ਮੈਂ ਕੋਈ ਗੁਆਚੀ ਸ਼ੈਅ ਵੇ
ਮੈਨੂੰ ਲੱਭਣ ਦੀ ਨਾ ਲੋੜ ਵੇ
ਮੇਰੇ ਬਿਨਾਂ ਨਾ ਕੋਈ ਥੋੜ ਵੇ
ਮੈਂ ਪਾਣੀ ਉਤੇ ਪੈੜ ਵੇ
ਮੈਂ ਆਪਣਿਆਂ ਲਈ ਵੀ ਗ਼ੈਰ ਵੇ
ਸਭ ਲੋਕ ਬਿਗਾਨੇ ਦਿਸਦੇ
ਇਹ ਅਜਨਬੀਆਂ ਦਾ ਸ਼ਹਿਰ ਵੇ
ਮੇਰੇ ਦਿਲ ਵਿਚ ਡੋਬੂ ਪੈਂਦੇ ਵੇ
ਕਿੰਝ ਆਖਾਂ ਸਭ ਕੁਝ ਖੈਰ ਵੇ।।

ਖ਼ੈਰਾਂ

ਤੇਰੇ ਪਿਆਰ ਤੇ ਰਤਾ ਵੀ ਸ਼ੱਕ ਨਹੀਂ
ਮੈਨੂੰ ਲੱਗਦਾ ਇਹਦੇ ਤੇ ਕੋਈ ਹੱਕ ਨਹੀਂ
ਤੂੰ ਸੁਫ਼ਨੇ ਲੈਂਦਾ ਏ ਆਲ੍ਹਣੇ ਦੇ
ਮੇਰੇ ਪੱਲੇ ਤਾਂ ਇਕ ਵੀ ਕੱਖ ਨਹੀਂ
ਕਿਵੇ ਵੇਖਾਂ ਮੈਂ ਦਸ ਤੇਰੇ ਸੁਫ਼ਨੇ ਨੂੰ
ਮੇਰੀ ਤਾਂ ਬੰਦ ਵੀ ਹੁੰਦੀ ਅੱਖ ਨਹੀਂ
ਜਾਗਦੀਆਂ ਅੱਖਾਂ ਦੇ ਸੁਫ਼ਨੇ ਨੂੰ ਕੀ ਆਖਾਂ
ਇਹ ਹੈ ਮੋਤੀ ਸੁੱਚਾ ਦੱਸ ਕਿੱਥੇ ਰੱਖਾਂ
ਨੀਵੀਂ ਪਾਈ ਰੱਖਦੀ ਨਾ ਉੱਤੇ ਤੱਕਾਂ
ਭੈੜੀ ਦੁਨੀਆ ਤੋਂ ਤੇਰਾ ਮੈਂ ਓਹਲਾ ਰੱਖਾਂ
ਖ਼ੈਰਾਂ ਮੰਗਦਾ ਏ ਅੱਠੇ ਪਹਿਰ ਮੇਰੀਆਂ
ਸ਼ਾਲਾ ਹੋ ਜਾਣ ਪੂਰੀਆਂ ਮੁਰਾਦਾਂ ਤੇਰੀਆਂ।।

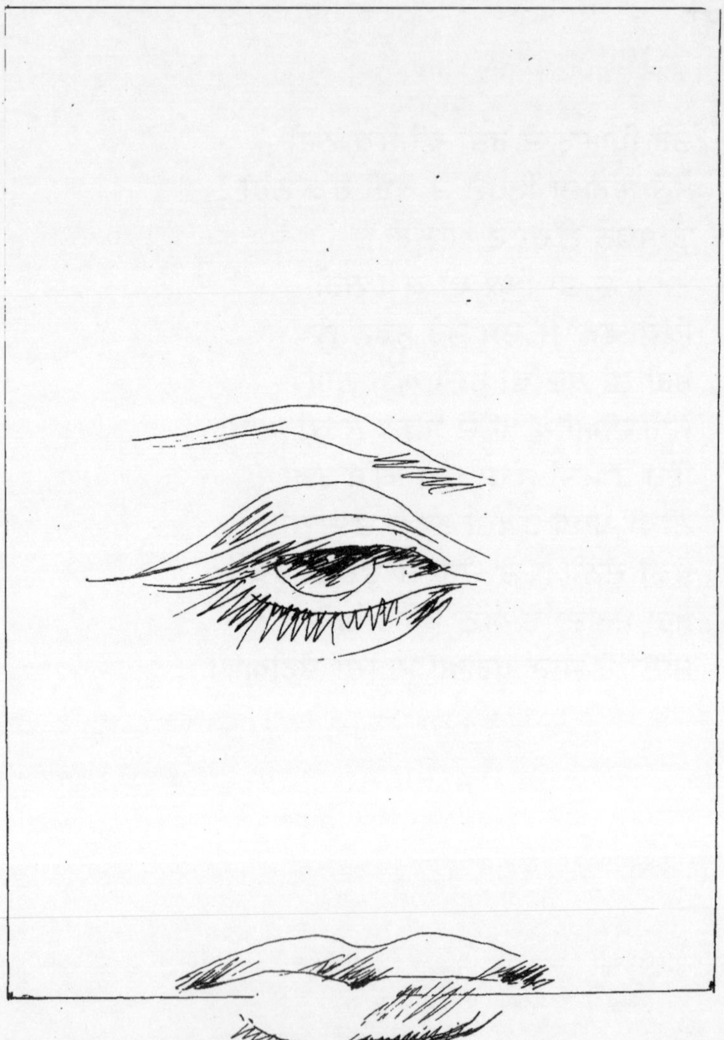

ਬੌਣਾ ਭਾਗ

ਦਹਿਲੀਜ਼ ਤੇ ਬੈਠੀ ਸਾਂ ਸੱਧਰਾਂ ਦੇ ਨਾਲ
ਤੇਰੇ ਆਏ ਤੋਂ ਤੇਲ ਮੈਂ ਚੋਣਾ ਸੀ
ਕੌਣ ਜਾਣਦਾ ਸੀ ਸਾਰੀ ਉਮਰ ਬਹਿ ਕੇ
ਰਾਹ ਤੱਕਦੀ ਨੇ ਤੇਰਾ ਬੱਸ ਰੋਣਾ ਸੀ
ਉਚੇ ਲੰਮੇ ਕੱਦ ਨੂੰ ਦੱਸ ਕਰਾਂ ਕੀ ਮੈਂ
ਜਦ ਭਾਗ ਮੇਰਾ ਸਿਰੇ ਦਾ ਬੌਣਾ ਸੀ
ਜਦੋਂ ਤੂੰ ਹੀ ਨਾ ਮੇਰਾ ਹੋ ਸਕਿਆ
ਹੋਰ ਕਿਸੇ ਨੇ ਫ਼ੇਰ ਕੀ ਮੇਰਾ ਹੋਣਾ ਸੀ
ਉਮਰ ਦੀ ਹਰ ਰਾਤ ਜਾਗ ਕੇ ਕੱਟ ਤੀ ਮੈਂ
ਸਿਰ ਰੱਖ ਤੇਰੀ ਬਾਂਹ ਤੇ ਮੈਂ ਸੌਣਾ ਸੀ
ਹੁਣ ਕਿਸੇ ਵੀ ਹੋਣੀ ਤੋਂ ਨਹੀਂ ਦਿਲ ਡਰਦਾ
ਨਾ ਕਿਸੇ ਨੂੰ ਮਿਲਣ ਤੇ ਜੀ ਕਰਦਾ
ਜੋ ਹੋਣਾ ਏ ਹੋਏ ਜਾ ਨਾ ਹੋਏ ਹੁਣ
ਦੱਸ ਇਸ ਤੋਂ ਵੱਧ ਕੀ ਹੋਰ ਹੋਣਾ ਸੀ॥

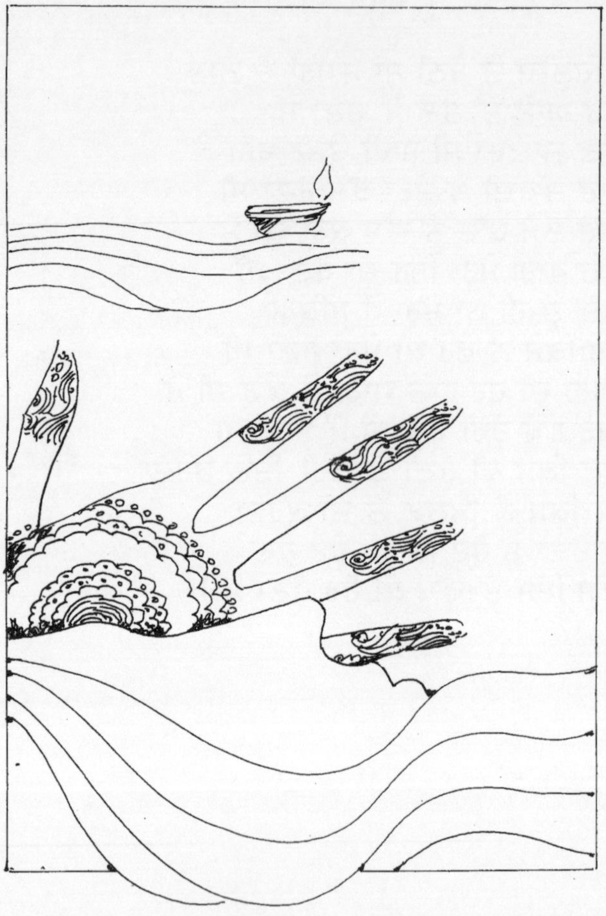

ਸੱਧਰਾਂ

ਮੇਹੰਦੀ ਦੇ ਸਾਵੇ ਵੇਲ ਤੇ ਬੂਟੇ
ਤਲੀਆਂ ਤੇ ਹੋਏ ਸੂਹੇ ਲਾਲ
ਸੱਧਰਾਂ ਦੇ ਦੀਵੇ ਮੈਂ ਤਾਂ ਬਾਲਾਂ ਬਨੇਰੇ
ਢੁੱਕ ਢੁੱਕ ਬੈਠਾਂ ਬੂਹੇ ਨਾਲ
ਆਉਣ ਵਾਲੇ ਨੇ ਚਿਰ ਬੜਾ ਲਾਇਆ
ਫਿੱਕਾ ਨਾ ਪੈ ਜਾਵੇ ਸੂਹਾ ਲਾਲ
ਮੇਹੰਦੀ ਦੇ ਸਾਵੇ ਵੇਲ ਤੇ ਬੂਟੇ
ਲੈਣ ਹੁਲਾਰੇ ਮੇਰੀਆਂ ਰੀਝਾਂ ਦੇ ਝੂਟੇ
ਮੇਹੰਦੀ ਲਾਵਾਂ ਤੇ ਆਪੇ ਹੀ ਮੈਂ ਵੇਖਾਂ
ਮੇਰਾ ਨਾ ਕਰੇ ਕੋਈ ਚਾਅ
ਉਡੀਕ ਮੇਰੀ ਦੀ ਹੱਦ ਵੀ ਹੈ ਕੋਈ
ਮੁੱਕ ਹੀ ਨਾ ਜਾਣ ਮੇਰੇ ਸਾਹ।।

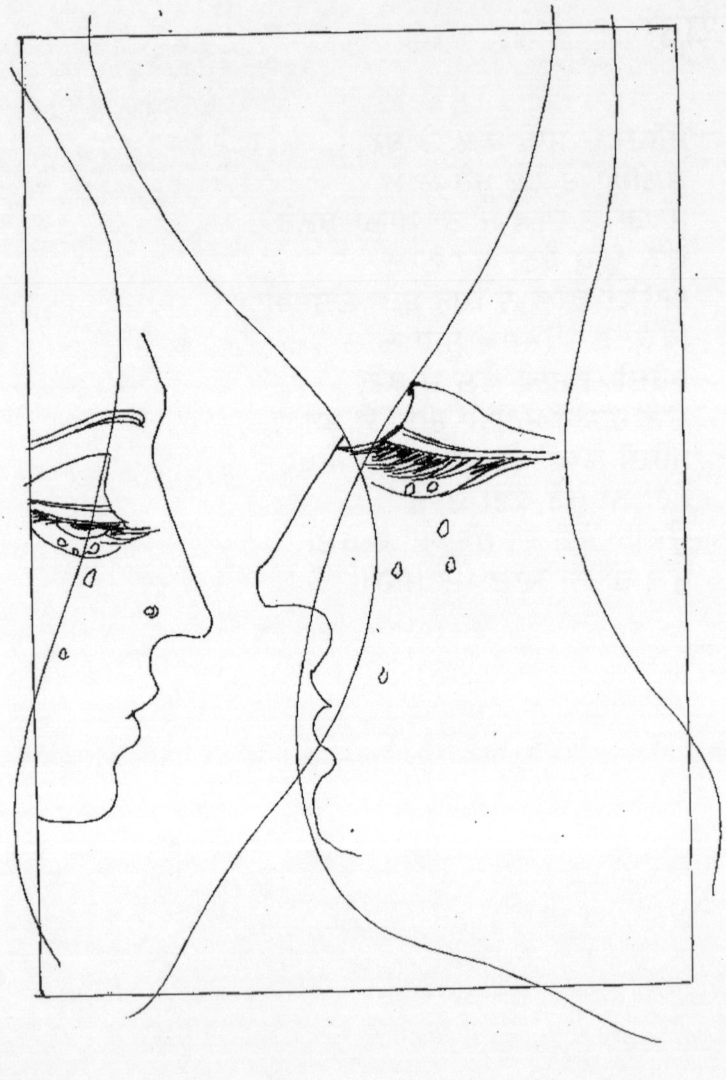

ਤਨਮਨ

ਤੈਨੂੰ ਤੋਰ ਅਸੀਂ ਦੋਵੇਂ ਬੜਾ ਰੋਏ
ਸਭ ਵਹਿ ਤੁਰਿਆ ਜਿਹੜਾ ਅੰਦਰ ਸਾਂ ਲਕੋਏ
ਤੇਰੇ ਜਾਣ ਮਗਰੋਂ ਤੇਰਾ ਵੀਰ ਮੈਨੂੰ ਵਰਾਉਂਦਾ ਸੀ ਤੇ ਮੈਂ ਉਸਨੂੰ
ਅਸੀਂ ਵਰਾਇਆਂ ਵਰ੍ਹਦੇ ਨਹੀਂ ਸਾਂ
ਪਰ ਇਸ ਨਾਕਾਮ ਕੋਸ਼ਿਸ਼ ਤੇ ਹੰਝੂਆਂ ਭਿੱਜਾ ਹਾਸਾ ਹੱਸਦੇ ਸਾਂ
ਦਿਲ ਵਿਚ ਕੁਝ ਹੋਰ ਸੀ ਪਰ ਕੁਝ ਹੋਰ ਹੀ ਦੱਸਦੇ ਸਾਂ
ਦਿਲ ਜਾਣਦਾ ਏ ਇਹ ਰਾਤ ਅਸਾਂ ਕਿਵੇਂ ਗੁਜ਼ਾਰੀ
ਦੁਆ ਕਰਦੇ ਰਹੇ ਅਸੀਂ ਰਾਤ ਸਾਰੀ
ਤੇਰੇ ਬਿਨਾਂ ਰਾਤ ਹੋਈ ਬੜੀ ਭਾਰੀ
ਰੱਬ ਕਰੇ ਮੇਰੇ ਬੀਜੇ ਸੰਸਕਾਰਾਂ ਦੇ ਬੀਜ ਹੁਣ ਪੁੰਗਰਣ
ਇਸ ਬੂਟੇ ਤੇ ਅਣਗਿਣਤ ਫੁੱਲ ਖਿੜਨ
ਤੇਰਾ ਆਲਾ ਦੁਆਲਾ ਫੁੱਲਾਂ ਨਾਲ ਭਰ ਜਾਏ
ਤੇ ਉਸਦੀ ਖੁਸ਼ਬੋ ਜਦੋਂ ਸਾਡੇ ਤੱਕ ਪਹੁੰਚੇ
ਸਾਡਾ ਅੰਦਰ ਬਾਹਰ ਮਹਿਕ, ਮਹਿਕ ਜਾਏ
ਤੇਰੀ ਮੇਹਨਤ ਤੇ ਸਾਡੀ ਦੁਆ ਰਲ ਕੇ
ਤੈਨੂੰ ਹਰ ਮੈਦਾਨ ਫ਼ਤਿਹ ਕਰਵਾਏ
ਕਰ ਸਾਕਾਰ ਤੂੰ ਆਪਣੇ ਸੁਫ਼ਨਿਆਂ ਨੂੰ
ਛੇਤੀ ਆਪਣੇ ਘਰ ਆਪਣਿਆਂ ਕੋਲ ਪਰਤ ਆਏਂ।।

●●●

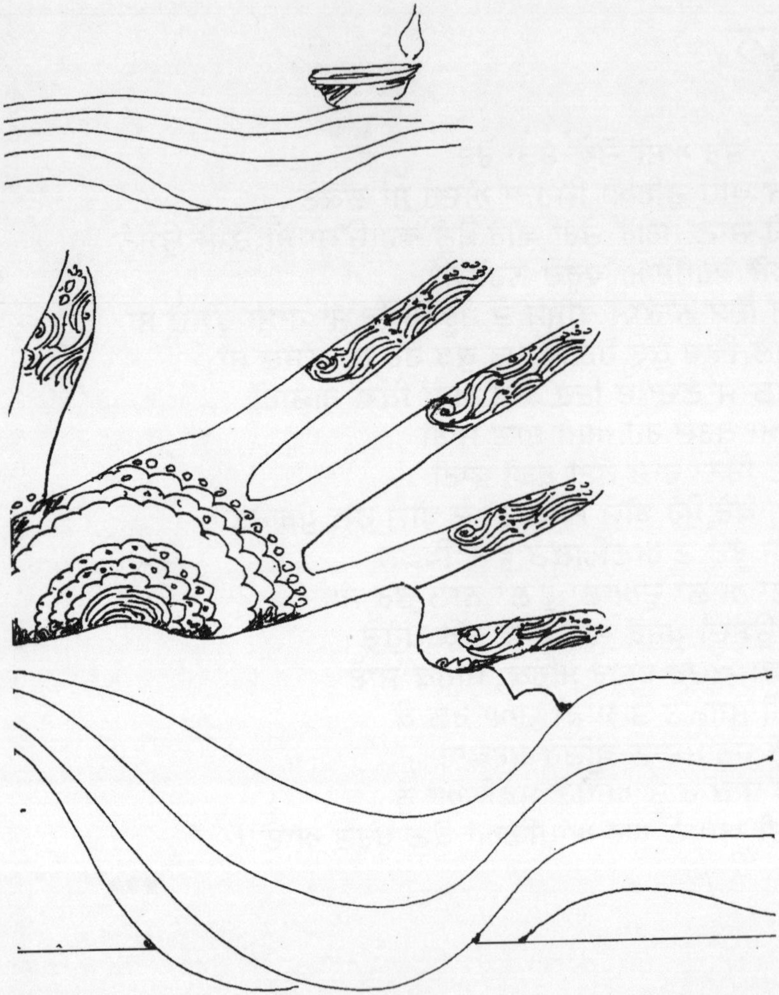